64 கட்டங்களில் தனித்திருக்கும் ராணி

ஷெண்பா

படைப்பு பதிப்பகம்
#8, மதுரை வீரன் நகர்
கூத்தப்பாக்கம்
கடலூர் - தமிழ்நாடு
607 002
☏94893 75575

நூல் பெயர்	:	64 கட்டங்களில் தனித்திருக்கும் ராணி (கவிதைகள்)
ஆசிரியர்	:	ஷெண்பா (மஞ்சு கண்ணன்)
பதிப்பு	:	முதற்பதிப்பு 2020
பக்கங்கள்	:	98
வடிவமைப்பு	:	முகம்மது புலவர் மீரான்
அட்டைப்படம்	:	ரவிபேலட்
வெளியீட்டகம்	:	இலக்கிய படைப்பு குழுமம்
அச்சிடல்	:	படைப்பு மீடியா நெட்வொர்க்ஸ், சென்னை
வெளியீடு	:	படைப்பு பதிப்பகம்
பதிப்பாளர்	:	ஜின்னா அஸ்மி
விலை	:	ரூ 100

Title	:	64 Kattangalil Thanithirukkum Rani (Poems)
Author	:	Shenpaa (Manju Kannan)
Edition	:	First Edition - 2020
Pages	:	98
Printed by	:	Padaippu Media Networks, Chennai
Publishing Agency	:	Ilakkiya Padaippu Kuzhumam
Published by	:	Padaippu Pathippagam
Website	:	www.padaippu.com
E-mail	:	admin@padaippu.com
ISBN	:	978-81-950764-3-7
Price	:	₹ 100

பதிப்புரை

ஜின்னா அஸ்மி, பதிப்பாளர்

தனித்திரு என்பது தனிமையை மட்டும் குறிப்பதல்ல; தனித்தன்மையையும் தனித்துவத்தையும்கூட குறிக்கும் என்ற புரிதலிலிருந்து தொடங்குகிறது, இந்நூலுக்கான உயிர்ப்பு. மனித வாழ்விலும் இலக்கியத்திலும் அகம், புறம் எனப் பிரித்து வாழ்வே இலக்கியமாகவும், இலக்கியமே வாழ்வாகவும் எழுத்தில் சாத்தியப்படுத்திய தமிழே தனித்துவத்தின் சான்று. எழுத்துக்கும் சொல்லுக்கும் இலக்கணம் இல்லாத பல மொழிகளுக்குநடுவே எழுத்து, சொல், பொருளுக்கும் இலக்கணம்கொண்ட ஒரு மொழியாக தமிழ் இருக்கிறது என்பதே தனித்தன்மைக்கான சான்று. தனித்துவம் என்பது நேர்மை, சுயமரியாதை, அடையாளம், திறன், ஆற்றல், உணர்வு, ஊக்கம், தோற்றம், மாற்றம், செய்யும்விதம் எனப் பல பரிமாணங்களில் இருந்தாலும், அதன் தனித்தன்மைக்கேற்றவாறு அந்தந்த சூழ்நிலையின் சூட்சுமங்களை அடையாளமாகவும் ஆதாரமாகவும் மாற்றுவதே தனித்துவத்தின் தனிச்சிறப்பு. அப்படிப்பட்ட தனிச்சிறப்புகளில் இக்கால வாழ்வையும், சமூகத்தையும் இரு விழிகளில் ஏந்தி, காண்பவர்களுக்குக் கவிதைவழியே காட்சிப்படுத்தியிருப்பதே '64 கட்டங்களில் தனித்திருக்கும் ராணி' என்ற இந்நூல். வாசிக்கும் ஒவ்வொருவருக்குள்ளும் நேசிக்கும் கட்டங்கள் நீண்டுகொண்டே செல்லும் என்பதே இந்நூலின் பலம்.

கேரள மாநிலம், கோட்டக்கல்லைப் பிறப்பிடமாகவும், கோவையை வசிப்பிடமாகவும் கொண்ட படைப்பாளி ஷெண்பா அவர்களுக்கு இது, முதல் நூல். இவர், இன்றைய இலக்கிய உலகிலும், பத்திரிகை மற்றும் இதழ்களிலும் தன் படைப்புகளால் நன்கு அறியப்பட்டவர். படைப்புக் குழுமத்தால் வழங்கப்படும் மாதாந்திர சிறந்த படைப்பாளி என்ற அங்கீகாரத்தைப் பெற்றவர். படைப்புக் குழுமம் நடத்திய பரிசுப் போட்டிகளில், கவிஞர் கலாப்ரியா அவர்களால் முதல் பரிசுக்கும், கவிஞர். யூமா வாசுகி மற்றும் கவிஞர். யவனிகா ஸ்ரீராம் அவர்களால் இருமுறை சிறப்புப் பரிசுக்கும் தேர்வு செய்யப்பட்டவர். மேலும் படைப்புக் குழுமத்தின் 'சிறந்த பங்களிப்பாளர் விருது' பெற்றவர் என்பதும் குறிப்பிடத்தக்கது.

எமது படைப்பு பதிப்பகத்தின்மூலமாகத் தனது நூலை வெளியிட முன்வந்த படைப்பாளி ஷெண்பா (மஞ்சு கண்ணன்) அவர்களுக்கும், வாழ்த்துரை வழங்கிய படைப்பாளி பிருந்தா சாரதி மற்றும் இளங்கோ அவர்களுக்கும், அணிந்துரை வழங்கிய படைப்பாளி அகதா அவர்களுக்கும், அட்டைப்படம் வடிவமைத்த ஓவியர் ரவிபேலட் அவர்களுக்கும், நூல் வடிவமைத்த படைப்பாளி முகம்மது புலவர் மீரான் அவர்களுக்கும் மற்றும் இந்நூல் வெளிவர உதவிய அனைவருக்கும் படைப்புக் குழுமம் தனது நன்றியைத் தெரிவித்துக் கொள்கிறது.

வளர்வோம்! வளர்ப்போம்! **படைப்புக் குழுமம்**

நன்றிகள்

சிறுவயது முதலே என் முயற்சிகள் எல்லாவற்றிற்கும் தடை சொல்லாமல் துணை நின்ற அம்மா திருமதி.ரமணி விஸ்வநாத்திற்கு, அப்பா திரு.விஸ்வநாதன் அவர்களுக்கு, என் குடும்பத்தாருக்கு,

என் கனவுகளை, தன் கண்ணில் கண்டு என் உயர்வில் மகிழும் என் சரியான பாதியான கண்ணனுக்கு,

கதிர் அண்ணா, அன்பாய்க் கடிந்து என் எழுத்தைத் திருத்தும் ஆரூரன் அண்ணா, உற்சாக வார்த்தைகளால் பாராட்டும் வாசலின் சொந்தங்கள் திரு.கேசவன், திரு.முத்தரசு, திரு.நீலகண்டன், திருமதி. கோதை, திருமதி.உமாசிவகுமார் மற்றும் அனைவருக்கும்,

படைப்பு தந்த நண்பர்களான சகா, இபு, ரூஃபஸ், ராஜா, தீபா, காயத்ரி, வள்ளி, பிரபுசங்கர், முத்துராஜ், செல்வா, லீலா, மதுரா, சுரேஷ், பிரபா, ராம் பெரியசாமிக்கு,

என் எழுத்தை ரசிக்கும் முகம் தெரிந்த / தெரியாத நண்பர்களுக்கு, என் கவிதைகளுக்குப் பின்னூட்டமிட்டு அன்புகாட்டும் முகநூல் நண்பர்களுக்கு, புத்தகத் தொகுப்பில் உரிமையாய் உதவிய தம்பி மதனுக்கு,

என் மனம் கற்பனை செய்திருந்த கம்பீரமான ராணியை, அச்சுஅசலாய் அச்சில் கொண்டுவந்த ஓவியர் திரு.ரவி பேலட் அவர்களுக்கு,

தன் அழகான அணிந்துரையால், என் புத்தகத்தை சிறப்பித்திருக்கும் திருமதி.அகதா அவர்களுக்கு,

உள்ளார்ந்த அன்போடு வாழ்த்துரை வழங்கிய திரு.பிருந்தா சாரதி மற்றும் திரு.இளங்கோ அவர்களுக்கு, வடிவமைத்துச் சிறப்பித்த புலவர் முகமது மீரான் அவர்களுக்கு,

என் கவிதைகளை படைப்பு மின்னிதழில் வெளியிட்டு ஒரு படைப்பாளியாக அங்கீகரித்து, முதல் தொகுப்பை படைப்பு மூலமாகவே வெளியிடும் வாய்ப்பை வழங்கிய, படைப்புக் குழும நிர்வாகியும் இனிய நண்பருமான ஜின்னாவிற்கு, எண்ணிலடங்கா நேச நன்றிகள்.

வாழ்த்துரை

இன்னொரு மனிதரின் இதயத்திற்குள் நுழைவது என்பது ஒரு சுரங்கத்தில் இறங்குவதைப் போன்றது. ஷெண்பாவின் இந்தக் கவிதை நூலைப் படிக்கும்போதும் அப்படி ஒரு சுரங்கத்தில் இறங்கி நடப்பதைப் போலவே நான் உணர்கிறேன். அவருடைய இதயத்தில் பதுக்கி வைத்திருந்த எண்ணற்ற சித்திரங்களை எழுத்தோவியங்களாக்கி இப்போது நம் கைகளில் '64 கட்டங்களில் தனித்திருக்கும் ராணி' எனும் ஒரு கவிதைத் தொகுதியாகக் கொடுத்திருக்கிறார்.

முதல் கவிதையே முத்திரைக் கவிதை. 'படைப்பு குழுமம்' நடத்திய 'கவிக்கோ அப்துல் ரகுமான் நினைவு கவிதைப் போட்டி'யில் கவிஞர்கலாப்ரியா அவர்களால் முதல் பரிசுக்குத் தேர்ந்தெடுக்கப்பட்ட கவிதை அது. 'பாதங்களால் நிறைந்த வீடு' என்று போட்டிக்குக் கொடுக்கப்பட்ட அந்தத் தலைப்புக்கு எழுதிய கவிதை. அதில் ஷெண்பாவின் படைப்பாற்றலையும், மொழி ஆளுமையையும், செய் நேர்த்தியையும் கற்பனைத் திறனையும் ஒருசேர நாம் காணலாம். ஒரு படைப்பாளிக்குக் கற்பனை ஆற்றலை விட முக்கியமான தேவை நுண்ணிய பார்வை. அது ஷெண்பாவுக்கு இருப்பதை இந்தக் கவிதை அழகாக வெளிப்படுத்தி இருக்கிறது.

"வாரம் இருமுறை வீடு துடைக்கும் போது அனைவரின் பாதங்களும் வந்து விழுந்திருக்கும் அம்மாவின் வாளிக்குள்.

வெயிலால் கறுத்த சொரசொரப்பான அப்பாவினுடையது. எப்போதும் ஈரத்தில் நின்று வெடித்த பாதங்கள் அம்மாவினுடையதே.

ஒரு காலால் நடக்கும் தாத்தாவினுடையதானது இரண்டாம் பாதமான ஊன்றுகோல்.

நாள் முழுவதும் வீடெங்கும் சுற்றித்திரியும் தம்பியின் பிஞ்சு பாதங்களை கணக்கிலெடுக்கலாகாது.

சகஜமாய் வந்துபோன சரவணனின் பூட்ஸ் அணிந்த பாதங்களுடன் சத்யாக்காவின் மருதாணிப் பாதங்கள் படி தாண்டிய நாளிலிருந்து

துடைப்பதற்கு மனமின்றி அவள் பாதங்களால் நிறைந்திருக்கிறது வீடு."

எத்தனை விதமான பாதங்களை ஒரு சிறிய கவிதைக்குள் கொண்டு வந்திருக்கிறார்? அவற்றில்தான் எத்தனை நுணுக்கமான கவனிப்பு?

ஒவ்வொரு வரியிலும் அழகியலோடு அவரது சமூகப் பார்வையையும் நான் பார்க்கிறேன்.

எப்போதும் வீட்டு வேலை செய்து ஈரத்தில் நின்றதால் வெடித்த அம்மாவின் பாதங்கள்,

வெயிலால் கறுத்த சொரசொரப்பான அப்பாவின் உழைக்கும் பாதங்கள்

கோல் ஊன்றி நடக்கும்
தாத்தாவினுடைய ஒற்றைப் பாதம்...

(இன்னொன்று விபத்தில் போனதா அல்லது சர்க்கரை நோய் போன்ற காரணங்களால் அறுவை சிகிச்சை செய்யப்பட்டதா என்று யோசிக்க வைக்கிறது அந்த ஒற்றைப் பாதத்தினுடைய முதிய நடை)

ஊன்றுகோலின் சுவடை இரண்டாம் பாதம் என்று கூறும் கவித்துவம்.

ஓயாமல் அங்குமிங்கும் சுற்றித் திரிகிற விளையாட்டுத் தம்பியின் ஓய்வற்ற பாதங்கள்.

வீட்டைவிட்டு ஓடிப்போன அக்காவின் பாதங்கள்.

அவளை அழைத்துச் சென்றவனுடைய பாதங்கள் எப்படி அவளைக் கவனித்து வந்திருக்கின்றன என்பதைப் பூட்ஸ் அணிந்த பாதங்கள் என்ற சொல்லாடலின் மூலமாகக் குறிப்பால் உணர்த்தியிருக்கும் தீர்க்கமான பார்வை.

அப்படி அவர்கள் ஓடிப் போனதற்குப் பிறகு வீட்டில் கவிந்திருக்கும் சோகத்தை உணர்த்துவதைப் போல அம்மா முடங்கிப் போய் வீடு துடைக்கப்படாமல் கிடக்கிறது என்று முடித்திருக்கும் விதம்.

இவை எல்லாமும் இவர் ஒரு சிறந்த கவிஞர் என்பதை நமக்கு முதல் பக்கத்திலேயே எடுத்துக்காட்டி விடுகின்றன.

இப்படிப் பல கவிதைகள் இந்த நூலில் இருக்கின்றன. அவற்றை எல்லாம் ஒவ்வொன்றாக இங்கு எடுத்துக்காட்டத் தேவையில்லை.

இங்கு இடமும் இல்லை. நீங்களே அவற்றைப் படித்து உணரும் அனுபவத்தை இடையூறு செய்யவும் நான் விரும்பவில்லை.

ஆனால் இந்தக் கவிதைத் தொகுதியின் ஊடாக நான் கண்ட ஒரு செய்தியை இங்கு பகிர்ந்துகொள்ள விரும்புகிறேன். அது இந்த உலகத்தை ஓர் ஆண் பார்ப்பதற்கும், ஒரு பெண் பார்ப்பதற்கும் உள்ள வேறுபாடு பற்றியது. வீட்டிலோ, நாட்டிலோ, உலகிலோ

ஒரே பிரச்னையை அல்லது ஒரே காட்சியை ஆண், பெண் இருவரும் பார்க்கும்போது இருவரின் பார்வையும் வேறு வேறாக இருப்பதைப் பல சமயங்களில் நாம் உணர முடியும். வேறு வேறாக இருப்பது கூடப் பரவாயில்லை. எதிர் எதிராகவும் கூட அவை அமைந்துவிடுகின்றன. அது இந்த நூலில் தெளிவாகத் தெரிகிறது.

புத்தன் யசோதரையாகவும், யசோதரை புத்தனாகவும் ஒரே ஒரு நாள் மாறி வாழத் தீர்மானிக்கும் அந்தக் கவிதை அதற்கு ஒரு சான்று.

பெண்கள் தங்கள் கருத்துக்களை வெளிப்படுத்துவதற்கான வாய்ப்புகள் மறுக்கப்பட்ட காலம் முடிவுக்கு வந்துவிட்டது. அவர்களின் படைப்புகள் அவர்களின் அக உலகங்களை நமக்கு வெளிப்படுத்தி அதிர்ச்சியூட்டிக் கொண்டிருக்கின்றன. அடக்கப்பட்ட விருப்பங்கள் அவற்றின் நியாயமான தார்மீகக் கோபத்தோடு கதைகளாகவும், கவிதைகளாகவும் ஆவேசத்தோடு வெளிவருகின்றன. இனிமேலும் அவற்றைக் கண்டும் காணாதது போல் இந்த உலகம் தவிர்க்க முடியாது. ஏனென்றால் 'இந்த உலகம்' என்ற கருத்தாக்கத்தில் சரி பாதியை அவர்கள் கைப்பற்றப் போகிறார்கள். வேகமாக் கைப்பற்றியும் வருகிறார்கள். கல்வி மற்றும் வேலைவாய்ப்புகளில் பெண்களுக்கு 33 விழுக்காடு என்பதுகூட அநீதிதான். 50 விழுக்காடு என்பதே நியாயமானது.

ஆகவே இந்த உலகத்தின் நீதி, நியாயம், ஒழுக்கம், சமூகக் கட்டமைப்பு எல்லாவற்றையுமே மறுபரிசீலனை செய்யவேண்டிய தேவை உருவாகிவிட்டது.

'ஷெண்பா'வின் இந்தக் கவிதைத் தொகுதியைப் படிக்கும்போது இப்படிப்பட்ட எண்ணங்கள் தோன்றுவதைத் தவிர்க்க முடியவில்லை.

ஒரு கவிதைத் தொகுதியைப் படிக்கும்போது அதில் எழுதப்பட்டிருக்கிற ரசனைக்குரிய வரிகள், அழகிய சொல்லாக்கங்கள், கற்பனைகள் இவற்றையெல்லாம் எடுத்துக்காட்டி அவற்றைச் சிலாகிப்பது என்பது அதில் சொல்லப்பட்டிருக்கும் கருத்துக்களை மறைக்கும் ஒரு துரோகச் செயலாகவே எனக்குத் தோன்றுகிறது.

அவையெல்லாம் இந்தத் தொகுதியில் மிகச் சிறப்பாக அமைந்திருக்கின்றன என்பதை மறுக்க முடியாது. ஆனால் அவற்றைத் தாண்டி இதில் வெளிப்படுத்தப்படுகிற கருத்துக்கள் முக்கியமானவை, அழுத்தமானவை.

குடும்பம் என்ற அமைப்பு பெண்களால் மட்டுமே காலம் காலமாகக் கட்டுக்கோப்பாகக் காப்பாற்றப்பட்டு வருகிறது. அது அன்பால் நிகழும்போது எந்த பிரச்னையும் இல்லை. ஆனால் அது ஓர் அதிகாரத்தின் பொருட்டோ, அடக்கு முறையின் காரணமாகவோ அமையும்போது அங்கு அமைதி நிலவ இயலாது.

'ஷெண்பா' படைத்திருக்கும் உலகம் அல்லது ஷெண்பாவின் உலகம் அன்பால் ஆனது. அங்கே குட்டிப் பாப்பாவின் குதூகலமான பாதங்கள் இல்லத்திலும் உள்ளத்திலும் ஓடி விளையாடுகின்றன. காதலர்களுக்கு இடையிலான கொஞ்சல் மொழிகள் கேட்கின்றன. கணவன் மனைவிக்கு இடையிலான பொறுப்புகள் உணர்த்தப்படுகின்றன. பெரியவர்களுக்கும் வீட்டின் மற்ற உறவுகளுக்கும் ஆன பாசப் பிணைப்புகள் பதிவு செய்யப்படுகின்றன. இவற்றையெல்லாம் மொழி என்னும் களிமண் கொண்டு தன் அனுபவங்களை

அழகழகான சுடுமண் சிற்பங்களாக உருவாக்கி இந்தத் தொகுதி முழுக்க அலங்கரித்து அடுக்கி வைத்திருக்கிறார்.

அவற்றின் ஊடே கண்ணீர்க் கோடுகளும், பெருமூச்சுகளும், விசும்பல்களும் பதிவு செய்யப்பட்டுள்ளதைக் கவனிக்காமல் நாம் கடந்து சென்று விடமுடியாது.

அவை அம்மா, அத்தை, அக்கா, மனைவி, மகள் என்று நாள்தோறும் நாம் காணும் பெண் உலகத்தின் இதயக் குமுறல். நம் வீட்டுப் பெண்களின் உணர்வுகளைத்தான் ஏதோ ஒரு வீட்டில் இருந்து எழுதும் பெண் எழுதிக் கொண்டிருக்கிறார் என்பதை நாம் உணர வேண்டும். அந்தப் பெண்ணுக்கு எழுதும் சுதந்திரம் இருக்கிறது. பல வீடுகளில் அந்தச் சுதந்திரமும் இல்லை.

ஆனால் அம்மாவுக்கு இல்லாதது மகளுக்கு வந்துவிட்டது. மனைவிக்கு இல்லாதது மருமகளுக்கு வந்துவிட்டது. தலைமுறைகள் மாறும்போது விதி முறைகளும் மாறிக் கொண்டிருப்பதைக் காலம் ஒரு கண்ணாடியை போல் தெளிவாகக் காட்டி வருவதைக் கண்ணைத் திறந்திருப்பவர்கள் காண முடியும்.

நூலின் தலைப்புக் கவிதையான '64 கட்டங்களில் தனித்திருக்கும் ராணி' என்ற கவிதையில் வெளிப்படும் கோபமும், பெருமூச்சும் சதுரங்க விளையாட்டின் பொம்மை ராணியின் உணர்வுகள்

மட்டும்தானா என்ற கேள்வியைத் தவிர்க்க முடியவில்லை.

அதேபோல் சிங்கம் கடித்துக் குதறி உயிர் போகும் அத்தையின் கனவில் வரும் அந்தச் சிங்கமே மாமாதான் என்பதை அறிந்தும் அதை யாரிடமும் பகிர்ந்து கொள்ள முடியாத அவள்

மௌனம் அவள் கண்டது கனவுதானா எனும் வினாவை நமக்குள் எழுப்பாமல் இல்லை.

பிள்ளைகளுக்காகவும் பேரன், பேத்திகளுக்காகவும் சைவமாக இருக்கிற அம்மாயி,

தனக்கெனத் தனியாக உண்ணாமல் உப்பு புளி காரம் பதமாக வந்திருப்பதைச் சரி பார்க்கையிலும்,

குழந்தைக்குச் சோறூட்டுகையிலும் அவர் உனக்கென கொஞ்சம் என ஒதுக்கி வைப்பதிலுமாகச் சாப்பிடும் அம்மா,

குடிகாரப் புருஷனையும், கொடுஞ்சொல் மாமியாரையும் காலில் விழ வைக்க காளி வேஷம் கட்டும் வசந்தி அக்கா,

ஆதார் கார்டு,ரேஷன் கார்டு, கிரெடிட் கார்டு
கவர் விற்கும் பெண்,

இப்படி ரத்தமும் சதையுமான எத்தனைக் கதாபாத்திரங்கள் இந்த நூலில்.

'பொங்கிச் சிரிப்பதாய்ப் பொறாமை கொள்கிறாய் நான் அழக் கூட உரிமை இல்லாதவள் என்பதை எங்ஙனம் புரிய வைப்பேன்?'

'கூடு சுமந்தலையும் நத்தையாய் வலிகள் சுமந்து மெல்ல மெல்ல நகர்ந்திருந்தேன் நான்'

'பாரதி கண்ட புதுமைப்பெண்கள் தலைப்பில்
உணர்ச்சிப் பிழம்பாகி உத்வேகத்துடன் உரக்கப் பேசி
கைத்தட்டல் அள்ளிய ஊர்மிளாவிற்கு
எங்க போய் ஊர் மேய்ஞ்சிட்டு வர்றே? என்ற கணவனின் கேள்விக்கு பதிலளிக்க வார்த்தைகளே எழவில்லை'

'ஆசிரியர் தினத்தில் நன்றியோடு பல நல்ல ஆசிரியர்களை
நினைவு கூறுகையில் வந்து தொலைக்கிறது செய்யாத தவறுக்காய் குட்டைப் பாவாடையை மேலேற்றி நறுக்கெனத் தொடை கிள்ளிய சொட்டை நாகராஜன் சார் ஞாபகமும்...'

இப்படிப் பல வரிகளில் இந்த உலகத்தின் முகத்துக்கு நேராக ஒரு பெண்ணாக அவர் முன்வைக்கிற நிஜங்கள், வெளிப்படுத்தும் பெருமூச்சுகள்,

பகிர்ந்து கொள்ளும் வலிகள், திறந்து காட்டும் காயங்கள், ஆறாத வடுக்கள் முக்கியமானவை. அவற்றைக் குற்றச்சாட்டுகளாக அல்லாமல் திருத்தப்பட வேண்டிய அம்சங்களாக உலகத்துடன் பெருந்தன்மையாய்ப் பகிர்ந்து கொள்கிறார்.

இப்படிப் பெண்களின் குரலை பதிவு செய்கிற கவிஞர் ஷெண்பா குடும்ப அமைப்பினைச் சிதைக்க விரும்புகிறவர் இல்லை என்பதையும் வேறு சில கவிதைகள் உணர்த்துகின்றன.

'பறக்கத் தெரியும்தான் எனினும் அவன் பட்டினி காணச் சகியாமல்
வளர்ந்த சிறைக்குள் சுருக்கிக் கொண்டது கிளி'

பெண்மை எவ்வளவு மென்மையானது எவ்வளவு மேன்மையானது என்பதை இந்த இடங்களிலாவது நாம் உணர வேண்டும்.

அது மட்டுமன்றி குட்டிப் பாப்பாவை பற்றிய குதூகலமான பல கவிதைகள் குடும்பத்தின் மகிழ்ச்சியையும் தாய்மையின் பூரிப்பையும் வண்ணமும் வாசமுமாக பதியமிட்டிருக்கும் அழகான பூங்கொத்துகள். இந்த மகிழ்ச்சிதான் குடும்ப அமைப்பைச் சிதைக்காமல் கட்டிக்காக்கும் அடித்தளம் என்பதையும் உணர்த்துகிறார்.

குழந்தையின்மை என்பது வெறும் பெண்ணின் பிரச்னை என்பதைப் போல எண்ணும் சமூகக் கண்ணோட்டத்தைப் பற்றிய கவிதைகளும் இந்நூலில் உண்டு. குழந்தை பெறாத ஒரு பெண்ணின் மன உணர்வுகளை, தனக்குள் பொசுங்கிப் புகையும் இதயத்தின் வேதனையை, அதையும் தாண்டி அவச் சொல்லுக்கு ஆளாகும் கொடுமையை ஒரு பெண்ணைப் போல் ஓர் ஆணால் எழுதவே முடியாது. 'கடைசிக் கோடு' அதற்கான உதாரணம்.

பெண் பார்க்க வந்து தன்னை நிராகரித்தவர்களைக் கசப்போடு புறந்தள்ளி இந்தமுறை நிராகரிப்பது என்னுடையது என்று அவள் துணியும் முதிர்கன்னியின் உணர்வுப் பதிவான 'காத்திருப்பு' பெண் பார்வைக்கு இன்னோர் எடுத்துக்காட்டு.

இப்படிப் பல கவிதைகள் பெண் மனதின் குரலாக இக் கவிதைத் தொகுதியில் இடம்பெற்றிருக்கின்றன.

இவை தவிர அழகியல், சூழலியல் குறித்த அக்கறை, சமுதாயத்தின் பல்வேறு அடுக்குகளில் நிகழும் மாற்றங்கள் பற்றிய குறிப்புகள் போன்றவையும் இக்கவிதைகளில் காணமுடிகிறது.

ஆகவேதான் இந்தத் தொகுதியைத் தகுதி வாய்ந்த ஒரு நூலாகவும் நீண்ட பயணத்தின் முதல் சுவடாகவும் நான் கருதுகிறேன்.

'64 கட்டங்களில் தனித்திருக்கும் ராணி' எல்லாக் கட்டங்களில் இருப்பவர்களையும் திரும்பிப் பார்க்க வைப்பவளாகவும், தன் படையின் வெற்றிக்கு ஆதாரமானவளாகவும் இருக்கிறாள் என்று உறுதியாகக் கூறலாம்.

ஷெண்பாவுக்கு அன்பின் வாழ்த்துக்கள்.

அன்புடன்,
பிருந்தா சாரதி
24.12.2020
தந்தை பெரியார் நினைவு நாள்

வாழ்த்துரை

பன்முகத்திறமைசாலியான கவிஞர் ஷெண்பா (மஞ்சு கண்ணன்) தான் ரசித்த, பார்த்த விஷயங்களை, அனுபவங்களை அழகிய கவிதைகளாக்கி வாசகர்களுக்குக் கடத்துவதில் முத்திரை பதித்திருக்கிறார். '64 கட்டங்களில் தனித்திருக்கும் ராணி' எனும் இந்தக் கவிதைத் தொகுப்பில் வந்திருக்கும் ஒவ்வொரு கவிதையும் அதற்கு சாட்சியங்களாக விளங்குகின்றன.

'பாதங்களால் நிறைந்த வீடு' எனும் முதல் கவிதையிலேயே நம் மனதில் இடம்பிடிக்கிறார். பாசம், பால்யம், மழை, வீடு எனப் பலதளங்களில் வரும் ஒவ்வொரு கவிதையும் அழகியலுடன்கூடிய அற்புதமான காட்சியாக கண்முன்னே விரிவது மிகவும் சிறப்பு.

'வாழைத்தண்டால்
வழித்தெடுக்கிறான்...
சிதறிய எச்சங்களுடன்
தன் வறுமையின் மிச்சங்களையும்' எனும் கவிதையில், வறுமையின் கொடுமையை அழுத்தமாகப் பதியவைக்கிறார்.

அடுத்தடுத்த தெருக்களில் வாழும் ரோஷ்னா மற்றும் அன்பரசியின் வாழ்வில் 'வயதுக்கு வருதல்' எனும் நிகழ்வினைப் பற்றிய கவிதையில், சமூக ஏற்றத்தாழ்வுகளைப் படம்பிடித்துக் காட்டுகிறார்.

குட்டிம்மா எனும் சிறகில்லா தேவதையைப் பற்றிய கவிதைகள் நமக்கு நெகிழ்வையும், மகிழ்வையும் ஒருங்கே ஊட்டுகின்றன. குறிப்பாக,

'எறும்பெல்லாம் எப்படிம்மா சாப்பிடும்
என்கிறாள்
அன்பைச் சிந்தி...' என்ற வரிகளில், நம் அனைவரையும் குட்டிம்மா வசீகரிக்கிறாள்.

'கடவுளின் பிரார்த்தனை' எனும் கவிதையில்,

'கடவுள் என்னிடம் வந்து
கதறியபடி வேண்டினார்
இனி தயவுசெய்து எனை வேண்டாதே' என்று, நம்மைச் சிரிக்கவைத்து சிந்திக்கவும் வைக்கிறார்.

கொரானாவையும் விட்டுவைக்கவில்லை, கவிஞர். 'பூசைகளற்ற பொழுதில்' எனும் கவிதையில்,

'எரித்த சாம்பலிலும்
கொரானா இருக்குமோ என்ற
பயத்தோடே சுடுகாட்டில் ஆடுகிறான் சிவன்' என்று, சிவனையே அச்சப்பட வைத்துவிடுகிறார்.

'கனவு' என்ற கவிதையில்,

'இதேபோன்றதொரு கனவில் சிங்கம்
கடித்துக் குதறி உயிர்போகையில் உற்றுப் பார்க்க
சிங்கம் மாமாவாய் மாறுவதை
யாரிடம் பகிர்வாள் அத்தை' என, உண்மையினை உரித்துக் காட்டுவது உச்சகட்டம்.

அதேபோல், 'காத்திருப்பு' எனும் கவிதையில் இறுதியாக, 'இம்முறை நிராகரிப்பது என்முறை' என்பது சாட்டையடி வரிகள்.

பல தலைப்புகளில், பல விஷயங்களை எழுதினாலும் பெண்களின் வெளியே சொல்லமுடியாத வலி, வேதனை போன்ற உணர்வுகளைப் பற்றி எழுதும்போது கவிஞரின் எழுத்து இயல்பாகவே மேலும் மிளிர்கிறது.

'சாமியாடி வசந்தியக்கா', 'கடைசிக்கோடு' போன்ற கவிதைகள் படிப்பவர்களின் மனதைப் பாதிப்பது உறுதி.

'நகர்கின்ற வரை குறையொன்றுமில்லை' என்ற வரிகளில் நம்பிக்கையை ஊட்டுகிற கவிஞர் இந்தத் தொகுப்பில், கவிதை படைப்பதில் தான் ஒரு தனித்தன்மைமிக்க ராணி என நிரூபித்திருக்கிறார். அவர் மென்மேலும் பல கவிதைகளைப் படைத்து உயரங்களைத் தொட வாழ்த்துகிறேன்.

வாழ்த்துகளுடன்,
A.K.இளங்கோ MBA., LLB.,
முன்னாள் தாளாளர்,
கொங்கு கலை அறிவியல் கல்லூரி (தன்னாட்சி),
ஈரோடு.

அணிந்துரை

'பாதங்களால் நிறையும் வீடு' என்னும் தலைப்பில், படைப்புக் குழுமம் நடத்திய கவிதைப் போட்டியில் முதல் பரிசை தட்டிச்சென்றதோடு அக்கவிதையின் எளிமையில், ஆழத்தில் அனைத்துக் கவிஞர்களையும் வியக்கவைத்து, என்னுடைய மனதையும் தட்டிப்பறித்தவர்தான், ஷெண்பா என்கிற மஞ்சு. அவரது கவிதைப் பயணத்தை மீண்டும் தொடர வழிவகுத்த அதே கவிதை, இத்தொகுப்பில் முதல் கவிதையாக அமைந்திருப்பது தனிச்சிறப்பு. சின்னச்சின்ன அழகான உணர்வுகளை, ரசனைகளை, கடந்துவந்த பாதையை கவிதை வரிகளில் படைப்பது எல்லா கவிஞர்களின் இயல்புதான். ஆனால் எளிமையான வரிகளில், சுருக்கென்று சொல்வீசி எல்லா கவிதைக் கட்டங்களிலும் கட்டிப்போடும் இவர் உண்மையில், கவிதைச் சதுரங்கத்தில் தனித்திருக்கும் ராணியேதான்.

'64 கட்டங்களில் தனித்திருக்கும் ராணி' என்பது, இக்கவிதை நூலின் தலைப்பு என்பதால், அத்தலைப்பில் அமைந்த கவிதை மிகுந்த எதிர்பார்ப்பை தோற்றுவிக்கிறது. அக்கவிதையை வாசிக்க வாசிக்க கண்கள் அகல விரியத்தொடங்குவது உறுதி. இறுதிவரியில், விரித்த கண்கள் இமைக்கவும் மறந்துபோகும். அத்தனை அருமையான சிந்தனையாக அக்கவிதை வரிகள் அமைந்துள்ளன.

'பரமபத கட்டங்கள்போல்
சதுரங்கத்தில் ஏன் பாம்புகளே
இல்லையென்ற ராணியின் கேள்விக்கு
யாரிடமும் பதிலே இல்லை' என்ற வரிகள்தான் அவை.

தொகுப்பு முழுக்க பெண்ணியமும் மாற்றுச்சிந்தனையும் பிரதிபலிக்கின்றன. புத்தன் யசோதரையாகவும், யசோதரை புத்தனாகவும் மாறி எழுதிய கவிதை மாற்றுச்சிந்தனை மட்டுமல்ல. அதில் பெண்ணியச் சிந்தனையும் மேம்பட்டு நிற்கிறது. வேறொரு கவிதையில், வேறொரு சிந்தனையை முன்வைக்கிறார்.

'இதேபோன்றதொரு கனவில் சிங்கம்
கடித்துக் குதறி உயிர்போகையில் உற்றுப் பார்க்க
சிங்கம் மாமாவாய் மாறுவதை
யாரிடம் பகிர்வாள் அத்தை'

இத்தனை காலம் பகிரப்படாத வார்த்தைகளை, அவ்வளவு நுணுக்கமாக இக்கவிதையில் பகிர்ந்துள்ளது ஆச்சர்யமிக்க ரசனை.

நத்தையாய் தனை நினைத்து எழுதிய கவிதையில், பெண்ணியக் கூட்டின் வழியைப் பிரதிபலிப்பதுடன், 'என்னைத் தள்ளிவிட்டுத் தாழிட்டுக்கொள்கிறேன் போ' என்ற ஒற்றைவரியில் அத்துணை வலியை அள்ளித்தெறிக்கிறார். அதுமட்டுமின்றி, மேடையில் உரக்கப் பேசிவிட்டு கணவரின் கேள்விக்குப் பதிலளிக்கமுடியாத ஊர்மிளா, வேலைக்குச் செல்லும் பெண்களின் பைகள் முழுக்க நிரம்பிவழியும் எதிர்பார்ப்புகள் என, பெண்களால் பகிரப்படாத உணர்வுகளை தனக்கே உரிய எளிமை வரிகளில் உரக்கப் பேசியிருக்கிறார்.

எதிர்பார்த்த எல்லாமாகவும் இருக்கும் கணவனைக் கனவில் கண்டவள், நேரில் அவன் இருக்கும் நிலையை இவ்வளவு கோபமாக யாரும் பதிவிடமுடியாது என்றே கருதுகிறேன்.

'நீ
தயவுசெய்து தள்ளியிரு
மூச்சுமுட்டக் குடித்துவிட்டு
கவிழ்ந்துறங்கும் உன்னை
என் பெருமூச்சே சுட்டெரிக்கக்கூடும்.'

'காத்திருப்பு' என்னும் தலைப்பில் அமைந்த கவிதையில், பெண்பார்க்கும் படலத்தில் நிராகரித்த பெண்ணின் கேள்விகளாய் இவர் கேட்கும் கேள்விகள்,

'இருளில் விளக்கணைக்க நிறமெதற்கு?
குழந்தை வளர்க்க அழகா வேண்டும்?
மூன்று வேளையும் வடித்துக் கொட்ட
மூக்கின் நீளமா முக்கியத் தேவை?'

என்று, ஆண் சமூகத்திற்கான சாட்டையடி கேள்விகளாக அமைகின்றன. மற்றுமொரு கவிதையில் பிடியையும், பெண்ணையும் ஒப்பிட்டுக் கூறுவது கற்பனைக்கு அப்பாற்பட்டு அதிசயிப்பதாக அமைகிறது. எல்லோருக்கும் தோசை சுடும் அம்மாவின் விருப்பங்களை யாரும் அறிவதே இல்லை என்றுகூறும் ஒரு கவிதை, பெண்ணியத்தின் அடிநாதத்தை உரக்கவே கூறுகிறது.

எளிமையும், சுருக்கமும் அதேசமயத்தில் ஆழமும் ஒரு புதுக்கவிதையை மேலும் அழகாக்கும். இவரது 'சுருக்', 'நறுக்' கவிதைகளை அவ்வளவு எளிதில் கடக்க முடியவில்லை. சில மட்டும் சான்றுக்காக பின்வருமாறு கூறப்படுகிறது.

'மின்சாரமில்லா தாத்தா வீட்டில்
ஒருநாளும் புழுங்கியதில்லை

காற்றுக்காய் விசிறியும்
அன்புக்காய் அவரும் இருந்தவரை'

'கனியவில்லை இன்னும்
பழ வண்டிக்காரனின் வாழ்க்கை'

'வீடுகள் விற்பனைக்கு
விளம்பரங்களே கூரையாகிறது
நடைபாதைவாசிகளுக்கு'

இவரது ஜோதிடக்கிளிகள் பற்றிய கவிதைகள் அத்தனையும் அற்புதம்.

'கூண்டுக்குள்ளிருந்து
ஜோதிடனைப் பார்த்து
அவன்
சிறையிலிருப்பதாய்
நினைத்துச் சிரித்தது
கிளி'

'ஆடி போய் ஆவணி வந்தா
டாப்பா வருவீங்க
ஆவணியிலும்
நெல்மணி தவிர
வேறெதுவும் வராதென
தெரியாதா கிளிக்கு'

கவிதையில் முரண்கள்தான் கொள்ளையழகு. அவ்வழகை எல்லாக் கவிதைகளிலும் அள்ளி வழங்கியிருக்கிறார் என்றுதான் கூறவேண்டும். மிக ரசித்த இடங்களை இங்கே கோடிட்டுக் காட்ட விழைகிறேன்.

வயதுக்குவந்த பணக்காரப் பெண் ரோஷ்னாவின் படோபகாரமும், அன்பரசியின் ஏழ்மையும் ஒரே கவிதையில் மிக அழகாக முரண்பட்டிருக்கிறது. பிறிதொரு கவிதையில், தன்னோடு படித்தவளைச் சந்திக்கும்போது 'இக் கரைக்கு அக்கரை பச்சைதானே' என்று முடிக்கிறார். ஆசிரியர் தினக் கவிதை ஒன்றில், ஏற்றிவிட்ட ஏணிப்படி ஆசிரியர்களை நினைவுகூர்வதுடன், தன்னை தொடைகிள்ளி அடித்த நாகராஜன் சாரையும் நினைவுபடுத்தி முடிக்கிறார். போகிறபோக்கில் ஒரு ரயில் பயணத்தைக்கூட அவரது சிறுவயது ரயில் பயணத்துடன் முரணிக்கிறார். காதலித்து திருமணம்செய்த கணவன்-மனைவி உரையாடலில் வரும் முரண்

சொற்களால் அமைந்த கவிதை, முரண் என்கிற உத்திக்கு மேலும் அழகு சேர்க்கிறது.

சாதாரண மனிதர்களுக்குத் தோன்றவே தோன்றாத நுண்ணுணர்வுகளை கவிதையில் வடிப்பதால்தான் கவிஞன், மற்ற மனிதர்களிடமிருந்து வேறுபடுகிறான். கவிஞர் அதில் தனித்துவம்பெற்று விளங்குகிறார். ஞாயிறு விரதம் இருந்த அம்மாயி, தன் முன்னாள் காதலியைச் சந்திக்கும் ஒருவனது உணர்வு, திருமணத்திற்கு முன்னான ஆண்-பெண் உணர்வு, ஆண்-பெண் நட்பு, குழந்தையின்மையின் பெருவலி, தன்னை இழிவுபடுத்தி வீட்டைவிட்டு விரட்டிய எல்லோரது படத்திற்கும் அமாவாசை சோறு வைக்கும் அம்மா, அங்கங்கே தன் மழலையினால் மெய்சிலிர்க்கவைக்கும் அம்முவும்-குட்டிம்மாவும், அட்டகாசம் செய்யும் வீட்டு எலி, முருகதாஸ் என்னும் சாண்டா கிளாஸ், வருடாவருடம் காளி வேசம் கட்டும் வசந்தியக்கா, தனது கணவனது குடியை நிறுத்தமுடியாது தவிக்கும் சங்கரியக்கா என்று பல கதாபாத்திரங்களின் விளக்கமுடியாத உணர்வுகளை, சர்வசாதாரணமாக எழுதிய கவிஞர் ஒரு கவிதையில் ‘இதற்காகவேணும் ஒருமுறை மரணத்தை ருசிக்கலாம்’ என்று நிலையாமையைக்கூட போகிறபோக்கில் கடக்கிறார்.

தொகுப்பில் ஒரு கவிதையைக்கூட உங்களால் அவ்வளவு எளிதில் கடந்துவிட இயலாது என்று வாசிப்பாளருக்கு உறுதிகூறுவதுடன், இந்தக் கவிதைச் சதுரங்கத்தில் 64 கட்டங்களிலும் தன்னையே நிரப்பிநிற்கும் ஒற்றை ராணி ஷெண்பா என்கிற மஞ்சுவை நட்புடன் வாழ்த்தி மகிழ்கிறேன்.

நேசங்களுடன்
அகதா

என்னுரை

எட்டாம் வகுப்பின் ஒரு தமிழ்ப்பாடவேளை. 'இனிவரும் ஒவ்வொரு வெள்ளிக்கிழமை கடைசி தமிழ் வகுப்பும் கவிதைக்கானது. தலைப்பு தருவேன், எழுத்திட்டு வாங்க. நல்லா எழுதினா மிட்டாய் பரிசு...' தமிழய்யா, இப்படிச் சொன்ன அந்த வேளையில்தான் ஆரம்பித்திருக்க வேண்டும், கவிதைக்கும் எனக்குமான உறவும் உணர்வும். வகுப்புத் தோழர்கள் காளிமுத்து, அமுதன், பாலமுரளியுடன் போட்டிபோட்டு மிட்டாய் வாங்கத்தான் எழுத ஆரம்பித்தேன்.

சிலவருடங்கள் கழித்து ஏதோ ஒரு பதின்வயதின் பிறந்தநாளில் அப்பா பரிசளித்த கவிஞர் வைரமுத்துவின் 'இந்தப் பூக்கள் விற்பனைக்கல்ல' தொகுப்பு மீண்டும் மனதில் கவிதைப்பூ பூக்கவைத்தது. கல்லூரிக் காலங்களில் சில பரிசுகள், பாராட்டுகளுடன் அடுத்து பல வருடங்களுக்கு என் கவிதைகள் உறங்கிப்போனது. அவ்வப்போது நண்பன் இளாவிற்கும் எனக்குமான விவாதங்கள் தவிர.

சுமார் 20 வருடங்கள், வாழ்வியல் பொருள்தேடும் ஓட்டத்தில் கடந்தன. எனக்காக என்ன செய்திருக்கிறேன் எனத் தேடத் தொடங்கியபோதுதான், ஈரோடு கதிர் அவர்களின் கண்ணில்பட்டு, ஈரோடு வாசலின் ஓர் அங்கமானேன். மீண்டும் எழுதத் தொடங்கினேன். செண்பகப்பூ காதலியான நான் ஷெண்பா ஆனேன்.

நண்பர் தனபால்தான், என்னை படைப்புக் குழுமத்தில் எழுதச் சொன்னது. 2017இல் கவிக்கோ பிறந்தநாள் பரிசுப்போட்டியில் முதல் பரிசு. அந்தப் பரிசு தந்த நம்பிக்கைதான் இந்தப் புத்தகம்வரை கொண்டுவந்திருக்கிறது. தொடர்ந்து படைப்பு, கல்வெட்டு மின்னிதழ்களில் படைப்புகள் வெளியாகின. கவிதையைத் தவிரவும் பல சிறந்த நட்புகளை எனக்கு வழங்கியது படைப்பு. இளம் படைப்பாளிகளை ஊக்குவித்து, முதல் புத்தகத்தை வெளியிடச் செய்யும் படைப்பு என்னையும் தத்தெடுத்தது. இதோ, உங்கள்முன் என் முதல் கவிதைத் தொகுப்பு, '64 கட்டங்களில் தனித்திருக்கும் ராணி'.

சதுரங்கத்தில் ராஜாக்களும் பெரும் சைன்யமும் இருந்தாலும் ராணிதான் அங்கே தனித்துவம் பெற்றவள். எல்லையற்ற சக்தியும், எங்கும் செல்லும் உரிமையும் பெற்றவள் எனினும் தன் இனம் காத்து நிற்பவள். காணும் எல்லாப் பெண்களிலும் என் தனித்துவமிக்க

ராணியைக் காணவிழையும் பேராசையில்தான் இந்தத் தலைப்பைத் தேர்ந்தெடுத்தேன்.

உங்களுக்கும் பிடிக்கும் என்ற நம்பிக்கையோடு என் முதல் தொகுப்பினை உங்கள் கைகளில் சமர்ப்பிக்கிறேன். வாழ்த்துங்கள். வளர்கிறேன்.

அன்புடன்
ஷெண்பா
(மஞ்சு கண்ணன்)

பாதங்களால் நிறைந்த வீடு

வாரமிருமுறை வீடு துடைக்கும்போது
அனைவரின் பாதங்களும் வந்து விழுந்திருக்கும்
அம்மாவின் வாளிக்குள்.

வெயிலால் கறுத்த சொரசொரத்த
பாதம் அப்பாவினுடையது.
எப்போதும் ஈரத்தில் நின்று வெடித்த
பாதங்கள் அம்மாவினுடையதே.

ஒருகாலால் நடக்கும் தாத்தாவினுடையதானது
இரண்டாம் பாதமான ஊன்றுகோல்.
நாள்முழுதும் வீடெங்கும் சுற்றித்திரியும்
தம்பியின் பிஞ்சுப் பாதங்களை
கணக்கிலெடுக்கலாகாது.

சகஜமாய் வந்துபோன சரவணின்
பூட்ஸ் அணிந்த பாதங்களுடன்
சத்யாக்காவின் மருதாணிப் பாதங்கள்
படிதாண்டிய நாளிலிருந்து

துடைப்பதற்கு மனமின்றி அவள்
பாதங்களால் நிறைந்திருக்கிறது வீடு.

நீங்க எவ்ளோ நீளம்?
எனக் கேட்டு கைகளால்
முழம்வைத்து என்னை
அளக்கிறாள் குட்டிம்மா.
பூவாகிறேன் நான்.

◆

ஒருநாள், ஒரேயொருநாள்
புத்தன் யசோதரையாகவும்
யசோதரை புத்தனாகவும்
வாழ்ந்துவிடத் தீர்மானித்தார்கள்.
சிந்தனைகள் பகிர்ந்தவாறே
சீடருடன் நகர்வலம் வந்தாளவள்.
அடங்காத அழுகையோடு
அரண்மனைக்குள்
அடைந்துகொண்டானவன்.
நாளின் முடிவில்
துறவறம் பூண்டவர்களை
உறவுகளின் பெருமைசொல்லி
திருப்பி அனுப்பிவிட்டுத் திரும்புகையில்
ராகுலனைக் கட்டிக்கொண்டு
மீண்டும் சித்தார்த்தனாகியிருந்தான்
புத்தன்.

◆

நீங்கள் ஒரு சொல் வீசினால்
தளும்பித் தத்தளித்து அதிர்ந்து
அடங்கும் என் குளத்தைத்தான்
புள்ளி என்கிறீர்கள்.

நீங்கள் ஒரு சொல் வீசினால்
அசையாது அலையின்றி உறைந்து
கிடக்கும் என் கடலைத்தான்
கோடு என்கிறீர்கள்.

நீங்கள் ஒரு சொல் வீசினால்
அச்சிலிருந்து அகலாது சுழல்வதை
நிறுத்தும் என் பூமியைத்தான்
வட்டம் என்கிறீர்கள்.

நீங்கள் ஒரு சொல் வீசினால்
விரிந்த எல்லைகளைச் சுருக்கி
மடங்கும் என் வானத்தைத்தான்
சதுரம் என்கிறீர்கள்.

நீங்கள் ஒரு சொல் வீசினால்
நான்கு அறைகளையும் ஒன்றாக்கி
ஒடுங்கும் என் வீட்டைத்தான்
செவ்வகம் என்கிறீர்கள்.

அதனால் ஒன்றுமில்லை.
நீங்கள் ஒரு சொல் வீசினால்
சீழ்ரணங்களை புன்னகையால் மூடி
ஊமையாகும் என் மனதை மட்டுமே
நான் எனச் சொல்லாதவரை.

◆

64 கட்டங்களில் தனித்திருக்கும் ராணி

எப்போதும் போருக்குப் போகுமுன்
நேற்று நீரூற்றிய கவிதைகளில்
பூத்த பூக்களைத் தொடுத்து
தலைநிறைய சூடிக்கொள்கிறாள்.

தானாக உருமாற எதிரியின்
எல்லைவரை பயமின்றி செல்ல
வேண்டுமென்பதை சிப்பாய்க்கும்
கற்றுக் கொடுத்திருக்கிறாள்.

அவள் அருகாமையில் வந்து
செல்கையிலெல்லாம் மூச்சடைக்கிறது
இரு ராஜாக்களுக்கும் ஒருவனுக்கு
பயத்திலும் மற்றவனுக்கு பதட்டத்திலும்.

காப்பதே அவளென்பது அறியாமல்
ஓரடியே நகரும் அதிகாரமுள்ள ராஜா
இயலாமையில் எறிகிறான் வாளொத்த
சொற்களை இவள் ஊர்சுற்றி என.

பரமபதக் கட்டங்கள்போல்
சதுரங்கத்தில் ஏன் பாம்புகளே
இல்லையென்ற ராணியின் கேள்விக்கு
யாரிடமும் பதிலே இல்லை.

பொங்கிச் சிரிப்பதாய்
பொறாமை கொள்கிறாய்.
நான் அழக்கூட
உரிமையில்லாதவளென்பதை
எங்ஙனம் புரியவைப்பேன்?

◆

சிலுவைகள் சிறகுகள் ரெண்டில்
என்ன தரப்போகிறாய்?
கடந்த பேருந்திலிருந்து சிதறிய
கடந்த காலத்தினால் கண்கள்
கசிகிறான் யாரோ ஒருத்தியின்
சிறகாயிருந்து இன்று யாரோ
ஒருத்தியை சிலுவை சுமப்பவன்.
அமுதென்பதா விஷம் என்பதா
உன்னை அமுத விஷமென்பதா?
அதே பேருந்திலிருந்து இறங்கி
சலனமில்லாது வீட்டை நோக்கி
நகர்கிறாள் யாரோ ஒருவனின்
அமுதமாயிருந்து இன்று யாரோ
ஒருவனுக்கு விஷமாகிப்போனவள்.

◆

மரணம் நிகழ்ந்த வீடுகளில்
கட்டவிழ்க்கப்படுகின்றன
போடப்பட்ட பந்தல்களும்
புனையப்பட்ட பொய்களும்.

◆

அவனுக்கு மிகப்பிடித்த அவல்,
வெல்லம், அச்சுமுறுக்கோடு சீடை,
வெண்ணை, பாயசம், பாசத்தோடு
சமைத்த பாரம்பரிய இனிப்புகள்,
பார்த்துப் பார்த்துச் செய்த ஒப்பனை,
வீடெங்கிலும் வண்ணக் கோலம்,
விதவிதமாய் மணக்கும் பூக்கள்,
சின்னச்சின்ன பச்சரிசி பாதங்கள்,
வழக்கப்படி எல்லாம் தயார்தான்.
எங்கள் வீட்டில் கண்ணனாக உலா வர
அடுத்த வீட்டு ஹர்ஷித்தை கொஞ்சநேரம்
இரவல் கேட்பது மட்டும்தான் பாக்கி.

◆

மின்சாரமில்லா தாத்தா வீட்டில்
ஒருநாளும் புழுங்கியதில்லை
காற்றுக்காய் விசிறியும்
அன்புக்காய் அவரும் இருந்தவரை.

◆

வெளியே விளையாட விடாமல்
வேட்டி உடுத்தி, மணிமாலைகளும்
மயிலிறகொன்றும் சூட்டியென்னை
மாயக் கண்ணனாக்குகிறாள் அம்மா
ஒவ்வொரு கிருஷ்ணஜெயந்தியன்றும்.
பசிக்கிறதென்று பலகாரம் எடுத்தால்
மட்டும் பட்டென்று வலிக்காமலடித்து
கண்ணனுக்குப் படைச்சிட்டுத்தான்
உனக்கு கண்ணா என்கிறாளவள்.
நானா? அவனா?
நிஜத்தில் யார் கண்ணனென
யாராவது சொல்லுங்கள்.

◆

அடர்கத்தரி உடையில் மலர்ந்து
சிரிக்கும் அழகிய புகைப்படத்துடன்
அன்புடன் அழைத்த பூப்புனித
நீராட்டு விழா பேனர் தொடங்கி,
ஊரையே அழைத்து பகட்டான மண்டபத்தில்
அறுபது வகை இனிப்புகளோடு விருந்து,
லட்சத்தில் பளபளக்கும் சேலை, பல்லக்கில்
தேவதையாய் ஊர்வலமென கண்படக்
கொண்டாடித் தீர்த்த ரோஷ்னாவும்,
அடிப்பாவி இப்பவே உக்கார்ந்திட்டியா
யார்கிட்டேயும் மூச்சு விட்டுறாதடியென
தெருமுனை அடிபம்பில் ஒரு குடம்
முழுக்கோடு அம்மாவின் சேலையை
கிழித்த அன்பரசியும் வயதுக்கு
வந்தது அடுத்தடுத்த தெருக்களில்தான்.

◆

கனவு

சாதாரணமாய் சாலை கடக்க
முனைகையில் முகத்திற்கு மிக
சமீபமாய் ஓர் ஒற்றைக்களிறு.

அதிர்ந்து அலறி தலைதெறிக்க
தறிகெட்டோடி வெகுதூரம் கடந்து
தப்பித்துவிட்டதாய் நினைத்து

ஆசுவாசமாய் மூச்சுவாங்கி ஓர்
கல்தூணின்மேல் சாய்கையில் அது
அதே களிறின் தும்பிக்கையாகும்.

வியர்த்து விதிர்ந்து கனவிலிருந்து
மாமா கண்விழிப்பது வாராவாரம்
நிகழும் ஆரவாரம் ஆனது.
போகும் வழிப் பிள்ளையாருக்கு
நூற்றியெட்டு தோப்புக்கரணமிட
கெட்டகனவே வராதென்பாள் பாட்டி.

அரசாங்க வேலையிருந்தும் எதுவும்
சேராததையெண்ணி யானை கனவுல
வந்தா செல்வம்சேரும் என்பாள் அம்மா.

இதேபோன்றதொரு கனவில் சிங்கம்
கடித்துக் குதறி உயிர்போகையில் உற்றுப் பார்க்க,
சிங்கம் மாமாவாய் மாறுவதை
யாரிடம் பகிர்வாள் அத்தை?

◆

அரை கிலோ ஆட்டுக்கறிய தேங்கா
செலவு அரைச்சு வெச்சு தண்ணிக் கொழம்பாக்கி
ஆவிபறக்க அவிச்ச இட்டிலியோட
ஆளுக்கு ரெண்டு துண்டு அள்ளிப்போட்டு
வளர்ற புள்ள நல்லாச் சாப்பிடுன்னு ஊட்டாத கொறையா
சாப்பிடச் சொல்ற அம்மாயிய
நீ சாப்பிடலயான்னா,
போடீ, பொசகெட்டவளே
ஞாயித்துக்கெழம நா விரதம்லன்னு சிரிப்பா.
ஒருகாலத்தில
அந்த அரைக்கிலோ கறியையும்
அசராம சாப்பிட்ட அம்மாயி
எங்களுக்காகத்தான்
சைவமாச்சுன்னு ஒருநா பெரியய்யன்
சொல்லித் தெரிஞ்சதுக்கப்புறமா
ஆட்டுக்கறி ஏனோ ருசிக்கிறதேயில்லை.

◆

விருப்பக்குறியி(யீ)டு

தெரிந்து கொள்
அவை வெறும் விருப்பக்குறியீடுகள்
மட்டும்தான் என் விருப்பங்களல்ல.
வசீகரிக்கும் புகைப்படம்தானெனினும் இல்லாத
ஓர் இதயத்தை
உனக்காய் எப்படிப் பகிர்ந்தளிக்க?
மென்மையாய்ப் புன்னகைக்கிறேன்
உன் பதிவுகள் பார்த்து
உரக்கச் சிரித்து வெகுநாட்களாகின்றன.

மாதக் கடைசியின் கையிருப்பைத் தவிர
இப்போது
வேறெதுவும் ஆச்சரியப்படுத்துவதில்லை என்னை.
மரணத்தையும் இலகுவாகக் கடக்கிறேன்
நீர்வற்றிய கண்களில்
அழுகை என்பது ஒரு சொல் அவ்வளவே.

என்மீதான கோபத்திற்கே விடைதெரியாதபோது
கோபம் வருமா என்ன?
உன் கோமாளித்தனங்களுக்காய்.

கூடு சுமந்தலையும் நத்தையாய்
வலிகள் சுமந்து மெல்ல
மெல்ல நகர்ந்திருந்தேன் நான்.

சுதந்திரம் அளித்துக் காப்பதாய்
எண்ணியே என் கூடுடைத்து
உன் முதுகிலேற்றிக் கொண்டாய்.

பற்றிப் பிடித்த எனக்கு நீ பறப்பவன்
எனத் தெரியாததால் உயர
எழுகையில் தடுமாறிச் சரிகிறேன்.

ஊமைக்காயங்களுடன் ஊர்ந்தபோதிலும்
உன் சிறகுகளுக்கென்
அன்பின் வலுச் சேர்க்கிறேன்.

நேசத்தின் கரங்களால் நெருக்காமல்
பறத்தலின்பொருட்டு உன்னை
உனக்காகவே விட்டுத் தருகிறேன்.
அதனாலென்ன
மீண்டும் தனிமைக் கூட்டுக்குள்
என்னைத் தள்ளிவிட்டுத் தாழிட்டுக்கொள்கிறேன் போ.

◆

முத்த புராணம்

மகிழ்வோ நெகிழ்வோ அழுத்தமாய்
கன்னத்திலொரு முத்தமாகத்தான்
வெளிப்படும் அம்மாவிடமிருந்து.

மிக மிக அபூர்வமாகத்தான்
பட்டும்படாமல் நெற்றியை ஒற்றியெடுத்து
முத்தமொன்றைத் தருவார் அப்பா.

நண்பர்கள் முன்னிலையில் அவனை
முத்தமிட்டதற்கு மானம் போனதாய்
இப்போதும் கடிவான் உடன்பிறந்தவன்.

மூக்குரசி கண்பார்த்து இதழோடு
இதழ்சேர்க்கும் குட்டி மருமகள் முத்தமிட
வெட்கப்படுகிறாள் வளர்ந்ததால்.

விடைபெறுகையில் கிடைக்கும் காற்றில்
பறக்கும் முத்தங்கள் மிகச் சரியாக
கன்னத்தில் சேர்வது என்றாவதுதான்.

எப்போதாவது அளவோடு கிடைத்த முத்தங்கள்
நீ வந்தபிறகுதான்
அள்ளக்குறையாத அட்சய பாத்திரமாயின.

இப்போதெல்லாம் அதுவும் தீர்ந்துவிட்டது
குட்டிம்மாவிற்கும் எனக்கும் நீ ஒருசேர
அப்பாவாகி அயல்தேசம் சென்றதில்.

◆

"**அம்மு,** இது தப்பா எழுதியிருக்க"
"ஓ அப்படியா டீச்சர்?" எனக் கேட்டவளை
மடியில் அமர்த்தி எச்சில் தொட்டழித்து
சிலேட்டில் திருத்திச் சொல்லிக்கொடுத்த
ஒன்றாம் வகுப்பு எலக்ட்ரா சிஸ்டர்,

வெள்ளிக்கிழமை மாலை கடைசித்
தமிழ் வகுப்பு கவிதைக்கானதெனச்
சொல்லி
"நிலா நீ வானம் நான்" எனும்
உளறல்களுக்கும் கைதட்டி கைநிறைய
மிட்டாய் வழங்கி ஊக்குவித்த தமிழய்யா,

கட்டுரையோ பேச்சோ ஓவியமோ
போட்டி எங்கு நடந்தாலும்
கேட்காமலே பெயரெழுதி
சொந்தச் செலவில் பத்திரமாய் கூட்டிப்போய்
திரும்ப வீடுவரை கொண்டு வந்துவிட்ட சபாபதி மாஸ்டர்,
ஜாதிமல்லி, மஞ்சளின் வாசனையோடு
சிரித்த முகமாய் தொழில்நுட்ப வரைபடம் வரைய
கற்றுத் தந்த பிரேமா மிஸ்,
மாணவிகளையும்
மரியாதையாய்
வாங்க போங்கவென அழைத்த கலைமணி சார்,

ஆசிரியர் தினத்தில் நன்றியோடிவர்களை
நினைவுகூர்கையில்
வந்து தொலைகிறது
செய்யாத தவறுக்காய்
குட்டைப்பாவாடையை மேலேற்றி
'நறுக்'கென தொடை கிள்ளிய
சொட்டை நாகராஜன் சார் ஞாபகமும்.

◆

சாலை கடக்கையில்
ஓடிவிடக்கூடுமென
இறுக்கிப் பிடிக்கிறேன்
குட்டிம்மாவின் கையை.
ஏன்மா? பயமாயிருக்கா
கேட்கிறாளவள்.

◆

எதிர்பாரா தருணமொன்றில்
சந்திக்க நேர்கிறதுன்னை.
என்னைக் காண்கையிலெல்லாம்
எப்போதும் மின்னல் தெறிக்கும்
உன் கண்களில் மருளின் இருள்.
கைகளின் நடுக்கத்தை மகளின்
கரங்களை இறுக்கி மறைக்கிறாய்.
எதுவும் சொல்லுமுன் கல்லூரித்
தோழனென அறிமுகம் செய்கிறாய்.
நேரிட்டு முகம் பார்க்கவியலாமல்
பயமும் பதட்டமுமாய் கைப்பையில்
ஏதோ துழவுவதாய் நடிக்கிறாய்.
"மாமாகிட்ட உங்க பேர் சொல்லுங்க"
அவர் சொல்கையில் குட்டி நீயாய்
இருக்கும் பாப்பாவின் பெயர்
நம் மகளுக்காய் யோசித்ததாய்
மட்டும் இருந்துவிடக்கூடாதென்ற
பரிதவிப்பை என்னிடம் கடத்திவிட்டு.

முயல்களின் கூட்டத்தில்
சிறு நத்தையாய் நான்.
அதனாலென்ன?
மெதுவாய் நகர்தலிலும்
கூட்டை கூடவே சுமப்பதிலும்
குறையொன்றுமில்லை.
நகர்தலிலென் வாழ்க்கை நகர்கிறவரை.

◆

எட்டாத உயரம் எம்பியெம்பி
விழாமலிருக்கத் தலைதழுவி
தன் பெரிய செவிதனில் குட்டி
முகம் புதைத்து நாளைக்கு
கணக்கு டீச்சர் மட்டும் வரவே கூடாது,
இல்லேன்னா எனக்கு
காய்ச்சல் வரணுமென வேண்டும்
குட்டிம்மாவிற்குத் தானே
அருளத்தான் நந்தி சிவனிடம்
சொல்லியிருக்கக்கூடுமோ
சற்றே விலகியிரும் பிள்ளாய்.

◆

அவள் பங்கை விழுங்கிவிட்டு
என் மிட்டாய் காக்காக்கடிக்கு
மல்லுக்கு நின்றவள்தான்,
அவனுக்கு மட்டும் என்னம்மா
கொம்பா மொளச்சிருக்குயென
அம்மாவிடம் வம்பிழுப்பவள்தான்,
இந்த மாசம் சம்பளத்தில ஒரே
ஒரு மூக்குத்தி வாங்கித்தாவென
செல்லம் கொஞ்சியவள்தான்,
எப்படிடா உன்னைவிட்டு இருக்கப்போறேனென
திருமணத்தன்று
கண்ணீர் உகுத்தவள்தான்,
"வேலையா இருக்கேன்.. அப்புறம் பேசட்டுமா"
எனச் சலனமில்லாமல் துண்டிக்கிறாள் அலைபேசியை.

கடைசிக் கோடு

ஒருசொட்டுச் சிறுநீர் விட்டு
இருகோடுகள் தெளியக் காத்து
ஒரு கோட்டை வெறித்துப் பார்த்து
விட்டெறியத் தேவையில்லையினி.

இரண்டு, பன்னிரெண்டென நாள்
கணக்குகள் எண்ணி மருத்துவர்
தேடவும் மருந்துகள் உண்ணவும்கூட
அவசியம் இருக்காதுதான்.

இந்த மாசமும் ஒண்ணுமில்லையா
துர்வாசகங்கள் கேட்காமல் தூர்வாரி
செவிப்பறையை ஆணி அறைந்து
சாத்திவிடலாம் நிரந்தரமாய்.

பத்தியமிருந்து உண்ணவும் உடல்
வலி பொருட்படுத்தாது உழைக்கவும்
கனவு கலைக்கவும் வேண்டியிருக்காது
உறைந்துவிட்ட உதிரப்போக்கால்.

மாதத்தில் பாதி நாட்கள் விரதமிருந்தும்
வேண்டுதலை நிராகரித்த கடவுளரை
வேண்டுதலை நிராகரிப்பது இம்முறை
சந்தேகமில்லாமல் அவளுடையதாகிறது.

வேலை முடிந்து
வீடு திரும்பும்
எல்லாப் பெண்களின் கைப்பைகளிலும்
ததும்பி வழிகின்றன
வேலைநாட்கள் குறித்த
அலுப்புகளும் சலிப்புகளும்
மற்றும் ஓய்வுநாள்
குறித்தான எதிர்பார்ப்புகளும்.

◆

பாரதி கண்ட புதுமைப் பெண்கள்
தலைப்பில் உணர்ச்சிப்பிழம்பாகி
உத்வேகத்துடன் உரக்கப் பேசி
கைதட்டல் அள்ளிய ஊர்மிளாவிற்கு,
எங்க போய் ஊர் மேய்ஞ்சிட்டு வர்ற
என்ற கணவனின் கேள்விக்கு
பதிலளிக்க வார்த்தைகளே எழவில்லை.

◆

வாழைத்தண்டால்
வழித்தெடுக்கிறான்
மேசை துடைப்பவன்.
நாம் சிதறிய எச்சங்களுடன்,
தன் வறுமையின் மிச்சங்களையும்.

◆

அவ்ளோ பெரிய சஞ்சீவி மலைய
ஒத்தக் கையில கடலத் தாண்டி
தூக்கிட்டு வந்தாரு அனுமன்.

ஐயோ பாவம்.. கை வலிக்காதா?
அம்முவின் கேள்வியில்
கவிதையானது கதை.

◆

மாசம் மும்மாரிகூட வேணாம்,
வருசத்துக்கு மூணு மழயாவது
தாடியம்மான்னு சாட்டினாங்க
அம்மனுக்குத் திருவிழா.

வருசம் முச்சூடும் கருவறைச்
சூட்டிலயும் கற்பூரச் சூட்டிலயும்
வதங்கின அம்மனும் காத்தாடக்
கிளம்பினா திக்குவிசயம்.

நகநட்டு பூமால பாரத்தோடயும்
பட்டுச்சேல கசகசப்போடயும்
பக்தனுங்க நசநசப்போடயும்
தேரோட ஊர்வலம் போயி
கத்திரி வெய்யிலு தாளாம
ஆஞ்சு ஓஞ்சு எங்கூட்டு வாசல்ல
நின்ன அம்மன் வாய்திறந்து கேட்டா

"மவராசியா இருப்ப..
ஒரு சொம்பு தண்ணி குடு தாயி.."

பரம்பரை வீட்டை விற்கச்
சம்மதிக்காததால் கடைசிவரை
பேசாமலிருந்த மாமாவிற்கும்,
திருமணத்தன்று இனி என்
மொகத்துலயே முழிக்காதேயென
முகம் திருப்பிய தாத்தாவிற்கும்,
உள்ளூரத் தவித்தாலும் வீராப்பாய்
தன்னைத் தவிர்த்த பாட்டிக்கும்,
நல்லாவே இருக்கமாட்ட என்று
மண்வாரித் தூற்றி சாகும்வரை
சாபமிட்ட சித்திக்கும் சேர்த்தேதான்
சோறு வைக்கிறாள் அம்மா
அமாவாசையன்று.

◆

முகமூடி

கட்டியணைக்கையிலும்
கண்ணீர் துடைக்கையிலும்
கச்சிதமாய்ப் பொருந்துகிறது
கணவனென்னும் முகமூடி.

அன்பனைத்தும் திரட்டி
குட்டிம்மாவிற்கும் அவள் செல்ல
பொம்மைக்கும் முத்தமிடுகிறது
அப்பாவெனும் முகமூடி.

பிழைக்கச் சென்ற இடத்தில்
வெகுண்டெழும் கோபத்தை
அவசரப் புன்னகையை ஒட்டி
மறைக்கிறது அலுவலக முகமூடி.

சுட்டிகளின் வன்புணர்வுகளையும்
சுற்றிலும் நடக்கும் அநீதிகளையும்
ஒன்றும் செய்யவியலாமல்
உச்சுக் கொட்டுகிறது சமூக முகமூடி.

நாளொன்றின் முடிவில்
நாளைக்கான முகமூடிகளை
பத்திரப்படுத்திவிட்டு உறங்கச் செல்கையில்
அடையாளமில்லாமல்
தொலைந்திருந்ததென் நிஜ முகம்.

நேர்த்திக்கடன் தீர்க்கவேண்டி
குலதெய்வக் கோவிலுக்குக்
கூட்டிப்போகக் கேட்கும் உன்
அம்மாவிற்கு வரும் ஞாயிறு
போவோமென வாக்களிக்கிறாய்

குட்டிம்மாவின் பழைய
பொம்மையை ஒளித்துவிட்டு
சிணுங்கத் தொடங்குமவளை
கட்டிக்கொண்டு புத்தம்புது
டெடியொன்றை பரிசளிக்கிறாய்

பின்னங்கழுத்தில் குறுகுறுவென
முத்தமிட்டுக்கொண்டே
என்னடி சமையல் எனக் கேட்டு
சமையலையும் சமைத்தவளையும்
சேர்த்தே ருசி பார்க்கிறாய்

இவ்வாறான கனவொன்றின்
நீட்சியாய் புன்னகைத்தபடி
நான் கண் விழிக்கையில்
நீ தயவுசெய்து தள்ளியிரு..
மூச்சுமுட்டக் குடித்துவிட்டு
கவிழ்ந்துறங்கும் உன்னை
என் பெருமூச்சே சுட்டெரிக்கக்கூடும்.

குறுக்கெழுத்து

வாரப் பத்திரிகையில்
எனக்கு நிரப்பப் பிடித்த
குறுக்கெழுத்துப் புதிரை
நான் வருமுன் நிரப்பிவிட
எத்தனிக்கிறாய் நீ.

என்ன முயன்றும் பாதிகூட
நிரப்ப இயலவில்லை உன்னால்.
என்னைக் கண்டதும்
தோல்வியை ஒப்புக்கொள்ள
மனமில்லா மனதோடு
இந்தா, நீயே நிரப்பெனத் தருகிறாய்.

அனைத்து விடைகளையும்
அனாயாசமாய் கண்டுபிடிக்கிறேன்
இரண்டே நிமிடங்களில்..
எனினும்
தெரியாததுபோல் யோசித்து
ஒன்றிரண்டை விட்டுவைக்கிறேன்
எனக்கும் தெரியவில்லையென
குதூகலிக்கும் உனக்காய்.

நேற்றிரவில்

காணாமல் போன
காலுறைகளிலொன்றை
கட்டிலுக்கடியில் சிறு
துண்டுகளாக்கியும்,

இசைமுழக்கி அதிரும்
ஒலிபெருக்கியின்
இரண்டாமிழையை
நறுவிசாய் நறுக்கியும்,

குட்டிம்மாவின் விருப்பமான
பூனைக்குட்டி பொம்மையை
மேசைமேல்
கதறக் கதறக் குதறியும்,
அடுக்களையின் மூலையில்
அரிசி மூட்டையினருகில்
புதியதொரு குறையாத
குன்றைக் குவித்தும்,

இரவோடிரவாக தன்
சித்து விளையாட்டுகளை நிகழ்த்தி
ஆத்திரத்தில் ஆழ்த்திய
சித்தி விநாயகன் வாகனம்,

போனால் போகட்டும் என்றல்ல..
போனால் போய்விடுவோம்
என்று தெரிந்தேதான்
பொறியில் வைத்திருந்த
மசால்வடையை மட்டும்
தொட்டே பார்க்காமல் விட்டுவைத்திருந்தது.

முன்னொரு காலத்தில்
கூந்தல் மல்லிகையிலிருந்து
தன் தோளில் உதிர்ந்த
சிறு பச்சைப்புழுவிற்கு, அலறி
ஊரைக் கூட்டியவளேதான்,
குட்டிம்மாவிற்குப் பிடித்த
சிற்றுண்டி செய்வதற்காய்
துளி அருவெறுப்பில்லாமல்
கைகளால் புழுக்களகற்றி
காலிஃப்ளவரை கச்சிதமாய்
சுத்தம் செய்பவளும்.

அந்தக் கிறிஸ்துமஸ் முன்னிரவில்
சிவப்பும் வெள்ளையுமான நீண்ட அங்கியுள்
நுழைந்து குஞ்சம் தொங்கும் தொப்பியும்
வெண்பஞ்சு தாடியும் தரித்து சாக்குப்பை வழிந்து நிறைய

அவர்கள் வலிந்து திணித்து அனுப்பிய
மிட்டாய் பரிசுகள் சுமக்கமுடியாமல் சுமந்து
பிள்ளைகளுடன் ஜிங்கிள் பெல்ஸ் பாடி
வீடுவீடாக, மெர்ரி கிறிஸ்மஸ் முழங்கி பரிசளித்து

பசியில் நடுங்கும் கால்களோடு பாதிநகரம்
சுற்றிக் களைத்து சுயமிக் கொண்டாட்டம்
பிரார்த்தனை முடித்து
அனைவரும் அவரவர் வீடு சென்றபின்
வியர்த்து விறுவிறுத்து வீதியில்
வேஷம் கலைக்கும்வேளையில் தன்னைப்போலவே
தனித்துவிடப்பட்ட ஏசுவைப் பார்த்து
ஏளனமாய்ச் சிரிக்கிறான்
முருகதாஸ் என்னும் சாண்டா க்ளாஸ்.

◆

ஒண்ணுக்கும் உபயோகமில்லடின்னு
மூணு புள்ள பெத்தும் மூஞ்சி காட்டி
குடியோட இன்னொரு குடித்தனமும்
புதுசா வெச்சிருக்க புருசனையும்,

நலுங்காம நாப்பது பவுன் போட்டும்
தீவாளி, பொங்கலுக்கு
பண்டம் சீர் செனத்தி பத்தலைன்னு
தெனமும் அனத்தி எடுக்கற நாத்தனாரையும்,
பொசகெட்ட பயபுள்ள எனக்குன்னு
வந்து வாச்சிருக்கான்னு அப்பனையும் சேர்த்து
அசிங்கமா வசபாடி கரிச்சுக் கொட்டற
கருந்தேள் மாமியாளையும்,

காப்பாத்து தாயேன்னு வேண்டி
கால்ல விழவைக்கத்தான் காளிவேசம் கட்டறா
வருசாவருசம்
அவமானத்தத் தின்னே
வாயில்லாப்பூச்சியான வசந்தியக்கா.

◆

மழைக்கு ஒதுங்கிய வானம்

ஆகச்சிறந்த கவிதையொன்றை எழுதிட
வேண்டித்தான் மழையுடன் நட்பானேன்.
மழைக்கவிதை தரச்சொல்லிக் கேட்டதற்கு
மழை தந்தது பிழைக்கதையொன்றை.

தேங்கிய மழைநீரில் காகிதக்கப்பல்
அனுப்பி விளையாடியவர்கள்
அந்தக் காகிதத்தின் பொருட்டே கவலைப்படாமல்
பெருங் காடழித்த கொடுங்கதை.

மண்புழு தூண்டிலில் அயிரை கெண்டை பிடித்து
கூழாங்கற்களில் உரசியவர்கள்
எமன் முக வாகனங்களில் நதிகளின் மார் தோண்டி
மணலள்ளிய நெடுங்கதை.

மாதம் மும்மாரி பெய்திட மாரியம்மனுக்கு
முளைப்பாரி சுமந்தவர்கள் அனுமதித்த
அந்தியதேசக் குப்பைகளை எண்ணெய்த்
தோல்கொண்டு போர்த்திய பெருங்கதை.

ஏரி குளம் குட்டை யாவும் குடியிருப்பாகி
ஊழிப் பெருமழை ஊரழித்த அன்றுதான்
வானம் மழைக்கு ஒதுங்கி இருக்கக்கூடும்
இந்த மழைக் கவிதையைப் போலவே.

◆

இல்லாத வீட்டுப் பாடம் எழுதாததற்கு
மிரட்டும் டீச்சர் விளையாட்டுகளில்,
இலைபறித்துச் சமைத்து ஊட்டிவிட
நிறையும் மரச் சொப்புசாமான்களில்,

ஊசி போடறேன் காய்ச்சல் போயிரும்
என்னும் கண்ணீர்க் கரிசனங்களில்,
க்ரேயான் வண்ணப் பூக்களுடன்
பெயரெழுதி நீட்டும் காகிதங்களில்,

அடம்பிடித்து வாங்கிச் சுவைத்து
எச்சிலொழுக நீட்டும் சாக்லேட்களில்,
கெஞ்சினாலும் கிடைக்காத முத்தம்
திடீரெனக் கிடைக்கும் தருணங்களில்,

யாருமே கொஞ்ச வரவேண்டாமென
கோபமாய் நடிக்கும் நிமிடங்களில்,
விளையாடிக் களைத்த உறக்கத்திலும்
விடாமல் விரல்தேடும் நேரங்களிலென

குட்டிம்மாக்களுடனான கணங்களில்
குழந்தையாய் மாறிவிட
யாரிடம் வரம் கேட்கக்கூடும் கடவுள்?

◆

பெட்டிமேல் பெட்டிவைத்து
டெடி, டோரா, பார்பிகளை
அடுக்குகிறாள் குட்டிம்மா.
அம்மனே கொலுவைக்கும்
அதிசயத்தின் சாட்சியாகிவிடுகிறேன்
நான்.

◆

சிந்தாம சாப்பிடு
குட்டிம்மா என்கிறேன்
கண்டிப்பாய்.
அப்புறம் எறும்பெல்லாம்
எப்படிம்மா சாப்பிடும்
என்கிறாள்
அன்பைச் சிந்தி.

◆

உயிர்த்திசை

வண்ணமில்லா ஓவியமொன்றை
வரைய எத்தனித்தேன்
பெருவலி பொறுத்தென்னைப்
புறந்தள்ளிய செம்மையும்,
சிறுபசி பொறுக்கவியலாப்
பாசத்தின் பச்சையும்,
இருள் கடந்து ஒளி விழிக்கும்
ஒரு கணம்போல் வறுமை கடந்த
சிரிப்பின் வெண்மையும்,
தனிக்கருணை கூத்தாடும்
கனிமுகத்தின் மஞ்சளும்,
ஓசையில்லாமல் ஒட்டிக்கொண்டதென்
மனத்தூரிகையில்.
செய்வதறியாது திகைக்கையில்
அளப்பரிய அன்பை மொழிபெயர்த்துத்
தன்னைத்தானே தீட்டிக் கொண்டு
உயிரோவியமாய் மிளிர்கிறது
வண்ணமிகு தாய்மை.

நீளும் நெடுங்கனவிற்கும் மீள் விழிப்பிற்குமிடையிலொரு சொல் சிணுங்கத் தொடங்கியது. மெதுவாய் நகர்ந்தவாறே நீரினுள் வேகமாய்த் துடுப்பிடும் வாத்தாகி மூச்சடைக்க முயங்கி முங்கியது. சட்டென்று, பாலுக்காய் வீறிட்டழும் குழந்தையாகி குருதி நாளங்களில் குறும்பாய்க் கொப்பளித்தோடியது. சில நிமிடங்களில், மழை நின்றும் இலைசொட்டும் நீர்த்துளியாய் மனமெங்கும் ஈரம் படர்த்தியது. காத்திருக்கிறேன், இன்றிரவிற்குள் அது கவிதையாகக் கடவது.

◆

கடவுளின் பிரார்த்தனை

என் வேண்டுதல்களின்
கனம்கூடிய ஓர்நாளில்,
கடவுள் என்னிடம் வந்து
கதறியபடி வேண்டினார்.
இனி
தயவுசெய்து என்னை வேண்டாதே..

◆

கனியவில்லை இன்னும்,
பழவண்டிக்காரரின்
வாழ்க்கை.

◆

கூண்டுக்கிளி

- கூண்டுக்குள்ளிருந்து சோதிடனைப் பார்த்து அவன் சிறையிலிருப்பதாய் நினைத்துச் சிரித்தது கிளி.

- தினமும் சீட்டுக்கட்டை கலைத்துப் போட்டும் ரம்மி விளையாடத் தெரியாதாம் கிளிக்கு.

- உங்க முகராசிக்கு
  ஸ்ரீராமரே வந்திருக்கார்
  எனும்போது
  கீகீ என்றது கிளி
  பொய் பொய்
  என்றதன் பொருள்.

- ஆடி போய் ஆவணி
  வந்தா டாப்பா வருவீங்க..
  ஆவணியிலும்
  நெல்மணி தவிர
  வேறெதுவும் வராதென
  தெரியாதா கிளிக்கு?

- சிவன், முருகன், பார்வதியெனச்
  சீட்டெடுத்தாலும்
  பூனையிடமிருந்து
  காப்பாற்றுவதென்னவோ
  கூண்டுதான்.

- பறக்கத் தெரியும்தான்
  எனினும் அவன் பட்டினி
  காணச் சகியாமல்
  வளர்ந்த சிறகையும்
  சுருக்கிக்கொண்டது
  கிளி.

◆

உறவு

அந்த ஒற்றைக்கட்டிலின்
ஒருபுறம் அவன் வாட்ஸப்பில்
வார்த்தையாடிக் கொண்டிருந்தான்.
மறுபுறம் அவள் ஃபேஸ்புக்கில்
நண்பர்களுடன் மூழ்கியிருந்தாள்.
நடுவில் படுத்திருந்த
வாட்ஸப்பும் ஃபேஸ்புக்கும்
ஆரத் தழுவியபடி
ஆசையுடன் முத்தமிட்டுச் சிரித்தன.

மாப்ள கேட்ட முறுக்குச் செயின
எப்பாடுபட்டாவது ராசாத்திக்குப்
போட்டனுப்போணும்..
இந்தத் தவணயாவது தவண சொல்லாம
ஆபிசரு கேக்கமின்ன
கடனப்பூராம் அடச்சிரோணும்..

ரெண்டே சீலய தொவச்சிக்
கட்டுற தங்கத்துக்கு டவுனுக்குப் போயி
புதுச்சீல எடுத்தாரோணும்..

மழத்துளி விழுமுன்ன ஒழுவத்
தொடங்கற ஓலயப் பிரிச்சி
நல்ல நாட்டோடா வேஞ்சுடோணும்..

மாமங் கை நெறயக் காசிருந்ததும்
நெஞ்சுக்குள்ள நெனப்பிருந்ததும்
அந்தக் கடையுள்ளார
காலு நொளயுற வரையிலதான்..

◆

அல்லாடத் துவங்குகிறது மனம்,
துக்கத்தால் மூழ்குவதற்கும்
பாடலால் பறப்பதற்குமிடையில்.
இழவு வீட்டில் இளையராஜாவின்
பாடலொன்று எதிர்பாராமல்
காதில் விழுந்த கணத்தில்.

◆

வீடுகள் விற்பனைக்கு
விளம்பரங்களே கூரையாகிறது
நடைபாதைவாசிகளுக்கு.

◆

பூசைகளற்ற பொழுதில்

அப்பா வீட்டு யாகத்துக்கே பேசாம
போயிருக்கலாம் பொழுதேபோகாமல்
கொட்டாவி விடுகிறாள் பார்வதி.

அம்மா வீட்டிற்குப் போன வள்ளியும்
தெய்வானையும் வரும் நாளிற்கு
ஆவலாய் காத்திருக்கிறான் முருகன்.

யாரும் வராததை உறுதிப்படுத்தி
அரைமுட்டியை நீட்டி நிமிர்த்தி
ஆசுவாசமாக அமர்கிறான் ஐயப்பன்.

ஊர் சுற்றவில்லை எனினும்
எச்சரிக்கையாக குளிக்கக் கிளம்பிய
விநாயகனுக்கு எட்டவில்லை முதுகு.

குதிரையை அவிழ்த்துவிட்டு
கள்ளிறக்கும் தோப்புக்குக் காலாற
நடந்துபோகிறான் ஐயனார்.

வெறித்த விழியும் துருத்திய
நாக்கும் வலிக்கிறதென கண்ணும்
வாயும் மூடுகிறாள் பத்ரகாளி.

கூழ் குடித்து சலித்துவிட்டதென
சூடான இட்லி காரச்சட்டினி தேடி
தனியே கிளம்புகிறாள் மகமாயி.

அரிசியே இல்லாத வீடுகளில்
வெண்ணை எப்படித் திருடுவதென
ராதையைக் கேட்கிறான் கண்ணன்.

எரித்த சாம்பலிலும் கொரோனா
இருக்குமோ என்ற பயத்தோடே
சுடுகாட்டில் ஆடுகிறான் சிவன்.

◆

கருப்பு - வெள்ளை

கடுங்காப்பி நிறம் நீ
கறந்தபால் நிறம் நான்
கலந்தபின் மிஞ்சுவது
சூடும் சுவையும்தான்.

கருப்பின் அரசன் நீ
வெள்ளை அரசி நான்
வாழ்வின் சதுரங்கத்தில்
இருவரும் சமம்தான்.

யின்னின் கருப்பு நீ
யாங்கின் வெள்ளை நான்
தெரியாதா சீனாவிலும்
சிவசக்தி சரிபாதிதான்.

கருப்பு விசை நீ
வெள்ளை விசை நான்
பியானோவில் கசிவது
இசைதலின் மொழிதான்.

இரவும் பகலுமாய்
கண்ணும் மணியுமாய்
அகலாமல் இருப்பது
அன்பின் சுகம்தான்.

பின் நிறம் குறித்தென்ன
நடுக்கம்? நீயே சொல்.
நம் காதலின் நிறம்
கருப்பா? வெள்ளையா?

◆

செல்லக்குட்டி புஜ்ஜூக்குட்டி
எனக் கொஞ்சி குழைவான
பருப்புசாதம் ஊட்டி எச்சில்
வழிந்த உடைமாற்றி வாசம்
நுகர்ந்து கன்னக்குழியில்
முத்தமிட்டு தூளியில் இட்டுத்
தாலாட்டி தூங்கும் அழகை
கண்ணார ரசிக்கும் வேளை,
மெதுவாகக் கதவு தட்டி, சாரி
கொஞ்சம் லேட்டாயிருச்சுக்கா..
அம்மு ரொம்ப படுத்திட்டாளா?
எனக் கேட்டவளிடம்,
உஷ்ஷ் என தூங்குவதாய் சைகை காட்ட,
நன்றிச் சிரிப்பொன்றுதிர்த்து
மார்போடு தழுவி அவள் அள்ளிச் சென்றபின்
அவ்வளவு எளிதில்
தூக்கம் வருவதில்லை எனக்கு.

◆

அனைத்து மூலைமுடுக்கிலும்
தெளிக்கப்படும் கிருமிநாசினி வாடை
மூச்சடைக்க வைக்கிறது.
விதவிதமான பூக்கள் மலர்ந்து
சிரிக்கும் மாலையில் கமழ்கிறது
சானிடைசரின் ஆல்கஹால் நெடி.

கற்பூரம் கரைத்த துளசி தீர்த்தத்திற்கு
மாற்றாக கலனில் கொதிக்கிறது
கசப்பு வழியும் கபசுர குடிநீர்.

பக்தர்களுக்குப் பிரசாதம் வழங்கும்
முன்னர் மடப்பள்ளி குருக்களுக்கும்
மாட்டிவிடவேண்டும் கையுறைகள்.

இடைவெளியில்லாது நிற்கும் கூட்டத்தில்
யாருக்கேனும் தொற்று இருக்குமென
ரகசியமாய் வெளியேறுகிறார் கடவுள்.
காலியான கருவறைக்குள் புகுந்து
தரிசனம் தரக் காத்திருக்கிறது கொரோனா
கடவுளின் முகக் கவசமணிந்து.

சில வெள்ளைத்தாள்களை கைகளில் திணித்து ஏதேனும் எழுதப் பணித்தது காலம். காதல், காமம், கல்வி, கலவி, உறவுகள், உணர்வுகள், பசி, பிணி, வறுமை, தகைமை இன்னதென்று இல்லாமல் எல்லாமும் எழுதித் தீர்த்தும் அட்சயப் பாத்திரம் வழிவதாய் மிச்சமிருக்கின்றன தாள்கள். திருப்பித் தரத் தீர்மானித்து காலத்தைத் தேடியபொழுதில் நான் காலமாகியிருந்தேன்.

◆

இனியும் நிறைய மிச்சமிருக்கிறது
கற்றுத் தேறவேண்டிய வித்தைகள்.
கட்டியணைத்தவாறு கத்தி சொருக
முத்தமிடும்போதே முகத்தில் உமிழ
காதலித்துக்கொண்டே கழுத்தறுக்க
தோளிலிருந்தவாறு செவி தின்ன
வாக்கினில் இனிப்பான விஷம் கக்க
இவனா இவளா இது நிஜமா எனத்
திகைத்து நிற்கையில் கொலை செய்ய
அழுத்திப் புதைத்து ரோஜாப்பூ நட
தேவதை உடையணிந்த ராட்சசியாக
இனியும் நிறைய மிச்சமிருக்கிறது
கற்றுத் தேறவேண்டிய வித்தைகள்.

நீ முதன்முதலில் பரிசளித்த டெடிபியர்
அம்முவின் வருகைக்குப்பின்
கண்ணிழந்து கையிழந்து முடமாகிப்போனது.

நூற்றுக்கணக்கில் பத்திரப்படுத்தியிருந்த
மினுமினுத்த டெய்ரி மில்க் தாள்கள்
வீடு ஒழிக்கையில் குப்பைக்குப் போயிற்று.

காதலைக் கொட்டி கவிதை எழுதியிருந்த
கிரீட்டிங் கார்டுகள் மையழிந்து மையலும் அழிந்து
பரணின் ஏதோவொரு மூலையில்.

நீ எனக்காகப் பதியன் போட்ட
சிவப்பு ரோஜாத் தொட்டிகளில்
ரோஜாக்களுக்குப் பதிலாக கொத்தமல்லி பூத்திருக்கிறது.

பிறந்த நாட்களில்
மணிக்கொருமுறை நீட்டி
திக்குமுக்காட வைத்த குட்டிக்குட்டி பரிசுகள்
உடைந்தும் ஒட்டடை அடைந்தும்.

அலுவலகம் செல்லுமுன் இதழ் முத்தமும்
இழுத்தணைத்தலும்
கார் சாவி எங்கடி சனியனேவில் கரைந்து காலமாயிற்று.

அழுக்கு நைட்டியுடன் அடுக்களையில் நானும்
கையில் காபியும் செய்தித்தாளுமாய் நீயும்
மௌனமாய்க் கடக்கின்றன தினங்கள்.
இருப்பினும் எவரேனும்
நீங்க லவ் மேரேஜா எனக் கேட்கையில்,
விரிந்த புன்னகையுடன்
ஆமாமென்பது காதலில்லாமல் வேறென்ன?

◆

குட்டிமணி குலைக்குதுடி என்னன்னு பாரு
சத்தங் கேட்டு ராசாத்தி கத்த
பாதி பின்னி பாதி சிக்கெடுத்த தலையோட
சரிம்மான்னு சொல்லிக்கிட்டே எட்டிப் பாத்தா பார்வதி..
ம்மா யாரோ வந்திருக்காங்க நீ வாயேன்..
கடுகு தாளிச்ச சட்டிய கவனமா எறக்கிவெச்சு
ஏழு கழுத வயசாச்சு எதுவுந் தெரியறதில்ல
இவ ஒருத்தி ஒண்ணுக்கும் ஆகமாட்டான்னு
முந்தானையில கைதொடச்சு முன்னால வந்தா
வந்தது யாரோ எவரோன்னு பார்க்க..
பளிச்சின்னு சிரிப்போட பளபள சேலையோட
வாசல்ல நின்னவ மொகம் நெஞ்சுக்குள்ள இருக்கு
ஆனா நெனப்புக்குள்ள வரல..
யாருங்க? என்ன வேணும்? கேட்டுகிட்டே
குட்டிமணிய சும்மா இருக்கச்சொன்னா...
ராசாத்தி.. நாந்தான்.. அடியே, நான் பாக்கிடி பாக்கியலட்சுமி..
ஒண்ணாப்புல இருந்து பத்தாவது வரைக்கும்
ஒண்ணாப் படிச்சோமே ஞாபகம் இருக்கா..
பாக்கி.. வாடி வா வா..
பாப்பு பாய விரிச்சுப்போடுன்னா பரபரப்பா..
வடிச்ச சோறும் கடைஞ்ச கீரையும் கட்டித் தயிரோட சாப்பிட்டு,
காபி வெச்சுக் குடிச்சு கலா டீச்சரு, முத்து சாரு, முருகங் கோயிலு,
பனங்கெழங்கு, பாண்டி வெளயாட்டுன்னு
பேசின பேச்சோட பொழுதும் போயிருச்சு..
காரேரப் போனவ காதோட
பட்டணத்தில கட்டியிருந்தா நானும் உன்னமாதிரி
நல்லா இருந்திருப்பேன்னு ராசாத்தி சொல்லுமுன்ன
நாயி, சேவல், நல்ல சோறு, சுத்தமான காத்துன்னு வாழற உன்னப் பார்த்தா
பொறாமையா இருக்குடின்னா பாக்கி..
இக்கரைக்கு அக்கரை பச்சைதானோ என்னிக்கும்?

◆

தேவதையல்ல நான்,
ஓர் சூனியக்காரிதான்...
அதிராமல் அன்பு காட்டவும்
உதிராமல் உள்ளம் நீட்டவும்
தெரிந்ததில்லையெனக்கு..
ஒருநாள் நீயறியாமலேயே
உன்னையென் கோட்டைக்கு
மாயக் கம்பளத்திலேற்றி கடத்திச் செல்வேன்..
தப்பிக்க இயலாதவாறு வசியம்செய்து வசப்படுத்துவேன்..
கூரிய பார்வையில் அனைத்தும்
பகிர்ந்தென் சூரியனாக்குவேன்..
ரசனைமிகு ரசவாதத்தால் ரகசியமாய்க் கொல்வேன்..
முற்றும் மறக்கவைத்து
முத்தமிட்டே முக்தி தருவேன்..
அதற்கென்ன.. நான் அப்படித்தான்..
ஆமாம், நான் சூனியக்காரிதான்..
என்னைத் தெ(ரி)ளிந்து கொள்..
இனியும் பிடித்திருந்தால் சொல்.

கைவிரித்து வாயில் வைத்து
கூஉளஉளஉளஉளஉளஉளஉளவென
ஊதிச் சென்ற முதலாமவனின்
சட்டையைப் பின்னிருந்து பிடித்தவாறே
பெரிதும் சிறிதுமாய்
நெட்டையும் குட்டையுமாய்
இண்டு இடுக்கு சந்து பொந்தெல்லாம்
வளைந்தோடிய அந்த ரயிலின்
குதூகலம் வாய்ப்பதேயில்லை
குளிரூட்டப்பட்ட பெட்டியில்
யாருடனும் பேசாமல்
புத்தகம் படிப்பதாய் நடிக்கும் பயணங்களில்.

◆

புன்னகைக்குப் பின்னேதான்
ஒளித்துக்கொள்கிறேன்..
மனதோடு மடங்கிக் கிடந்து
அவ்வப்போது படமெடுத்தாடும்
துயர நச்சரவங்களை நீ
ஒருபோதும் காணாதவாறு.

◆

நிலம் கொத்திப் பறவை

வானளாவிய வனங்களினூடே களித்திருந்த களிறொன்று
ஆளில்லா இருப்புப்பாதையில் அனாதையாக
நிலம்சாய்ந்த கணத்திலோ,

விழுங்கும் விதைகளை விருட்சமாக்கும்
வித்தை கற்ற பறவைகளை அடைகாக்காமல் கண்வைத்து
கண்ணிவைத்த கணத்திலோ,

கடல் கலக்கும் நதிகளையும், நதி பகிர்ந்த
வளங்களையும் சுயநலத்தின் கருக்கரிவாளால் அடியோடு
அறுவடை செய்த கணத்திலோ,

ஆறறிவுகளால் அறியப்பட்ட படிமங்களை
அறிவியலின் பேர்சொல்லி அறிவில்லாது
முதலில் துவங்கி முற்றுமழித்த கணத்திலோ,

ஆதிப் பெருங்குடித்தாயின் ஆடையுருவி
அம்மணமாக்கி ஆதியோடந்தம் ஆதிக்கமாய் அகழ்ந்துவிட்டு
அலையவிட்ட கணத்திலோதான் நிகழ்ந்திருக்கக்கூடும்,

மரங் கொத்துவதை மறந்துவிட்டு
ஆழ்துளைகளில் தவறிவிழுந்த நெகிழி இதயங்களை
தின்று செமிக்க மரங்கொத்திப் பறவை கற்றுக்கொண்டது.
தற்போது அதன் பெயர்
நிலம் கொத்திப் பறவை.

◆

சுவரெங்கும் வண்ணங்களாய் நிறைந்திருக்கிறது
குட்டி மகளின் பிக்காஸோவாகும் முயற்சிகள்.

அறுங்கோணத்தை ஆங்காங்கே
கற்றுத் தருகின்றன
மகனால் உதைபட்ட கால்பந்தின் தடங்கள்.

நாட்காட்டியில் நாள் தவறாமல்
தேதி கிழித்த அப்பாவின் படத்தை
தாங்கிக்கொண்டது அதே ஆணி.

நெற்றி நிறைய திருநீறுடன் தாத்தா சாய்ந்தமரும் இடத்தில்
பூச்சொரியும் பவளமல்லிக்கு
விபூதி வாசனை.

அம்மாவிற்குப் பிறகு மனைவிக்குச் சொந்தமானது
ஒழுக்கறைப்பெட்டியும் நகைகளும் பின் அடுக்களையும்.

வீடென்பது வெறும் வீடுமட்டுமல்ல.

எப்ப சேரணும் எப்ப விலகணும்னு
கேட்டு வெக்கத்தில செவந்துபோற
புதுக் கண்ணாலப் பொண்ணுங்க,

அதென்னமோ போடி நீ வெக்கிற
நெத்திலி கொழம்புதான் வாய்க்கு
நல்லாருக்குதாமான்னு உரிமையா
எடுத்துட்டுப் போற மாமியாளுங்க,

உங்கூட்டு மாங்கா தனி ருசிக்கான்னு
கல்லெறிஞ்சு அள்ளிட்டு வயித்தை
தள்ளிட்டுப்போற புள்ளத்தாச்சிக,

எல்லாரும் நல்லவிங்கதான் ஏண்டி அவகிட்ட புள்ளையக்
குடுக்கிறன்னு
தூக்கி கொஞ்சப்போன கொழந்தைய
புடுங்கி தூக்கிட்டுப் போறவரைக்கும்.

◆

வேர்த்திரள்

'யானைகள் ஊருக்குள் புகுந்து நாசம்'
ச்சே எப்படி அட்டகாசம் பண்ணுதுங்க என உச்சுக் கொட்டுகிறேன்
பல்லுயிர்க்காட்டை அழித்துக் கட்டப்பட்ட
ஓர் அடுக்குமாடி குடியிருப்பின் ஐம்பதாம் நிலையிலிருந்து.

கதவு, சன்னல், கட்டில், தொட்டில், நாற்காலி, அடுக்களை
அலமாரி,
அவ்வளவு ஏன்,
எங்க தாத்தாவோட சவப்பெட்டிகூட தேக்குதான் தெரியுமா
பெருமைபொங்க உரையாடுகிறேன்
சிட்டுக்குருவி முகப்புப் பட அலைபேசியில்.

'உலகின் கடைசி வரிப்புலி' கண்காட்சிக்கு பதிவுசெய்துவிட்டு
அடுத்துவரும்
மரங்களின் கண்காட்சியைத்
தவறவிடக்கூடாதென நினைத்தவாறே அருந்துகிறேன்
கையிருப்பில் மீதமிருக்கும் கடைசிக்குவளை நீரை.

காடுன்னா என்னது?
படிக்கையில் கேட்கும் பேத்திக்குக் காட்டத்தான்
இணையத்தில் தேடுகிறேன்
ஆதிமனிதனின் உயிராயிருந்தும், என்னால் மற்றும் உங்களால்
வேர்த்திரள் கருவறுக்கப்பட்டதுமான
ஓர் அடர்வனத்தின் புகைப்படத்தை.

◆

கண்ணில் நிறைந்த கனவு

ஒவ்வாதது ஒதுக்கி ஓங்கரித்து
உதைக்கும் நிமிடம் குதூகலித்து
பார்த்துப்பார்த்து பத்தியமிருந்து
பத்தாம் மாதம் பெருவலி பொறுத்து

பசி தாகம் பாலூட்டிக் களைந்து
பூந்தொட்டிலாட்டி உறங்கச் செய்து
பொட்டிட்டு, பட்டுடுத்திப் பார்த்து
அழகியுனக்கு கண்ணேறு கழித்து

அடிமேலடி வைக்க அகம் குளிர்ந்து
மழலை மொழியில் மனம் மகிழ்ந்து
பள்ளிக்கனுப்பி பாராட்டில் சிலிர்த்து
பூப்பெய்தும் நாளில் புன்னகை புரிந்து
கல்லூரி செல்கையில் தோழியாய் நடந்து
காதல் சொல்கையில் கொஞ்சம் பயந்து
திருமதியானதில் நெஞ்சம் நெகிழ்ந்து
உன்நகலென் கைகளில் தவழக் கனிந்து

உன்னால் மலர்ந்த வாழ்வின் முடிவும்
உன்மடி உதிர்வதாகக் கணந்தோறும்
கண்ணில் நிறைந்த கனவே
என் கருப்பை எப்போது நிறைப்பாய்?

◆

நீயும் நானும் சேர்ந்து
எடுத்துக்கொண்ட முதல் புகைப்படத்தை
எத்தனையாவதுமுறையாக பார்க்கிறேன் என்பது
ஞாபகத்தில் இல்லை

செக்கச்சிவந்த நீயும்
சற்றே மட்டுப்பட்ட நிறமுடைய நானும்
சற்றேறக்குறைய ஒரே நிறமிருக்கிறோம்
இந்தக்
கருப்பு வெள்ளைப் படத்தில்

இருந்ததில் நல்லதாயுடுத்தி
உனக்குப் பிடித்த குண்டுமல்லி
சூடி குடை ஜிமிக்கி அணிந்து
நீ தோள்தொட்ட நாணத்தில்
நெளிந்துநின்ற நானும்

தும்பைப் பூ கதர் சட்டையிலும்
கம்பளிப்பூச்சி மீசைக்குள்ளும்
கம்பீரத்தை ஒளித்துவிட்டு
கனிவாய் அணைத்து நிற்கும்
நீயும்தான் எவ்வளவு அழகு இதில்.

பிள்ளைகளைக் கருதி நான் மட்டும்
நடைப்பிணமாய் நீயில்லா அவனியில்
உலவுகிறேனுன் நினைவுகளோடும்
நாற்பதாண்டுகளாய் நைந்துபோன
இந்த நிழற்படத்தோடும்.

◆

காத்திருப்பு

என் ஞாபகக் கோட்டையில் உதிரத் தொடங்கும் உட்பூச்சுகளின்படி
என்னை முதன்முதலில் நிராகரித்தவன் நீ. உன்னுடனான
கலைந்த கனவுகள் கலையாத ரணங்களான கணங்கள்
மறக்குமா வாழ்நாள் முழுதும்?
அதன்பின் இருபத்திமூன்றுபேர்.
மீண்டும் நேற்று வெட்கமில்லாமல்
வந்தமர்ந்த உன்னைத் தவிர்த்து.
நிறமில்லை, அழகில்லை, மூக்கு
நீளமில்லை, நாக்கு தெளிவில்லை,
நிராகரிக்க என்னென்ன காரணங்கள்
இந்தப் பிரிதிவி மகாராசர்களிடம்?
இருளில் விளக்கணைக்க நிறமெதற்கு?
குழந்தை வளர்க்க அழகா வேண்டும்?
மூன்று வேளையும் வடித்துக் கொட்ட
மூக்கின் நீளமா முக்கியத் தேவை?
விருந்தில் தொடங்கியதெல்லாம்
வெறும் காபியில் நிற்கிறதிப்போது.
சரி.. போனது போகட்டும் விடு.
இம்முறை நிராகரிப்பது என் முறை.

◆

நாசமாப்போனவனே,
நல்ல சாவு வராதுடா வசைகள்
மவராசன் போய்ச் சேர்ந்திட்டானாக
திசை மாறுகின்றன.

வரப்பில் ஓரடி குறைந்ததற்கு
வயற்காடதிரும்படி வாதிட்டவர்கள்
அள்ளிக் கொடுத்த வள்ளலே
அவசரப்பட்டுட்டியே என்கிறார்கள்.

நீ செத்தாதான் நா நிம்மதியாவேன்
சட்டைபிடித்து சண்டையிட்டவர்கள்
சாகற வயசா இதுவென
சங்கடப்படுகிறார்கள்.

எதுக்கென்னப் பெத்தீங்க எனும் எதிர்க்கேள்வி கேட்டவர்கள்
உன்னவிட்டா யாரிருக்காவென
ஒப்பாரிவைக்கிறார்கள்.

உனக்கு வாக்கப்பட்டு என்ன சொகத்தக் கண்டேனென
நொடிக்கு நூறுமுறை
முகம் நொடிக்கும் மனையாள்கள்
தலைதடவித் தேம்புகிறார்கள்.

இதற்காகவேனும் ஒருமுறை
மரணத்தை ருசிக்கலாம்.
மரணமும் இனிதுதான் போலும்.

◆

மழையைப் பற்றிய
கவிதை ஒன்று கேட்கிறாய்..
மழையைவிடச் சிறந்த கவிதை
வேறென்ன இருக்கக்கூடும்?

◆

ஆசைகளைத் துறந்துவிட
ஆசைப்பட்ட கணத்தில்
மீண்டும் சித்தார்த்தன்
ஆகியிருந்தான் புத்தன்.

◆

உப்பு, புளி, காரத்துடன், பதமாக
வெந்திருப்பதை சரிபார்க்கையில்
ருசி பார்த்த கொஞ்சம்..
குட்டிம்மாவின் கள்ளமுதூறிய
சாக்கி, பப்பு புவா, தச்சி மம்மம்களின்
எச்சில் மிச்சங்களில் கொஞ்சம்..
அவருக்கு மிகப் பிடித்ததையும்
இது உனக்கென அவர் வாஞ்சையுடன்
எடுத்துவைத்ததில் கொஞ்சம்
வீடு வரும் தோழியுடன் நேரமறியா
ஆனந்த அளவளாவலில் மிடறிறங்கும்
சூடான தேநீரில் கொஞ்சம்..
இப்படியாக
தனக்கென தனியாக உண்ணாமலே
கொஞ்சம் கொஞ்சமாக நிறைந்துவிடுகிறது
வயிறும் மனதும் அம்மாக்களுக்கு.

◆

ரயில் பயணங்களில்

ஆதார் கார்டு, ரேசன் கார்டு,
ஏடிம், டெபிட் க்ரெடிட் கார்டு
கவர் விற்பவளின் கைகளில்
இருக்கக்கூடுமா
அவள் வாழ்க்கைக்கான கவர்?

மேலிருக்கையில் தொங்கவிட்ட
விதவிதமான பொம்மைகள்,
எழுத்துகளிலான கீ செயின்
சரங்கள் ஊசலாடுகின்றன
அவன் திரிசங்கு வாழ்வையொத்து.

திருப்பூர் டி-சர்ட், பர்முடாஸ்,
பனியன் கூவிக்கூவி கவனம்
திருப்புபவன் கவனம் கிழிசல்
தைத்த ஆடையுடன் வீட்டிலிருக்கும்
மகள் மேலாகவுமிருக்கலாம்..
சோப்பு, சீப்பு, சுமந்துகொண்டு நகர்பவளின் இடுப்பிலிருந்து
சிரிக்கிறது தன் வாழ்நாளில்
துளி எண்ணெயும் பார்த்திராத
பரட்டைத்தலை பிஞ்சொன்று..
சாக்லேட், பிஸ்கட், முருக்கு,
தண்ணீர் பாட்டில், கூல்ட்ரிங்ஸ்,
லேஸ் சிப்ஸ்.. லேஸ் சிப்ஸ்..
நடந்தே சலிப்பவனின் வாழ்க்கை
ஒருநாளும் இருந்ததில்லை லேசாக.

கைகளால் நடந்தும், தவழ்ந்தும்
ரயில் முழுதும் சுத்தம் செய்யும்
அவனை உற்றுக் கவனியுங்கள்..
தூய்மை இந்தியாவின்
அடுத்த தூதுவனாய் இருந்திடக்கூடும்.

◆

வேண்டிய மரங்களை வேருடன்
சாய்த்துப் புசித்தவள் நான்.
உங்களின் கரும்புகளுக்கும்
கவளங்களுக்குமாய்
காக்க வைத்திருக்கிறீர்கள்.

வரைமுறையில்லாது வனம்
முழுவதும் வலம்வந்தவள் நான்.
கால்மாற்றிக் கால்மாற்றி
நிற்பதழகெனச் சொல்லி
சங்கிலி பூட்டி வைத்திருக்கிறீர்கள்.

ஏறி மிதித்தால் எலும்பைப்
பொடியாக்கும் பலமமுள்ளவள் நான்.
என் அகிலம் முழுவதையும் சில
அங்குலமுள்ள அங்குசத்தால்
அடக்கிட நினைக்கிறீர்கள்.

(தும்பிக்)கையால் சுழற்றித் தூக்கி
வெகுதூரம் விட்டெறியும்
வலிமை வாய்த்தவள் நான்.
பிச்சையெடுக்கப் பணித்தென்
நம்பிக்கையை நசுக்குகிறீர்கள்.

பிடியாகிய பெண்ணாயினும்
பெண்ணாகிய பிடியாயினும்
இதுவும் கடந்துபோகக்கூடும்
என்றேனும் ஒருநாள்.

◆

பிரியங்களின் கூடு

செல்லச் சண்டைகளில் எறிந்த சொற்கள்தான்
செங்கற்களாயிற்று
முத்தங்களின் ஈரத்தைச் சாந்தாக்கினோம்
முறுக்குக் கம்பிகளாய்
இறுக்க அணைப்புகள்
உறுத்தாத மணல்துகளாய் நிறுத்தாத காமங்கள்
இவ்வாறாகச் சமைத்த வீடு
அழகானதும் மட்டுமல்ல நமதானதும்கூட..

தொடாதே
என்றவனின்
தீட்டையும்
வெளுத்தான்
வெள்ளாவியில்.

◆

பீட்ஸா கடைப் பையன்
வயிறாரச் சாப்பிட்டான்
அம்மா கொடுத்தனுப்பிய
தயிர்சாதத்தை.

◆

என்னை
நீங்கள் பார்த்திருக்கக்கூடும்.
கவனித்திருப்பீர்களா?
தெரியவில்லை.
அஞ்சலி திரைப்படத்தில்
குதூகலமாய் சிரித்தபடி
குப்பை வண்டியில்
அஞ்சலி பாப்பாவை அள்ளி
தள்ளிக் கொண்டோடும்
சிறுமிகளில் ஒருத்திதான் நான்.
வேகம் வேகம் போகும் பாடலில்
மூக்குக்கண்ணாடியோடு மூன்றாவதாய்
மிதிவண்டியில் வான்வழி
பறக்கும் தேவதையும் நான்தான்.
எழுந்திரு அஞ்சலி எழுந்திரு என
கதறும் கடைசிக் காட்சியில்
அஞ்சலி அஞ்சலி இதோ பாரு
வினிதா வந்திருக்கா என
அவள் அக்கா காட்டுவது என்னையேதான்.
ஞாபகமில்லைதானே.. தெரியும்.
சரி.. பரவாயில்லை.
இன்னொருமுறை
படம் பார்க்க நேர்கையில்
என்னையும் கொஞ்சம் நீங்கள்
உற்றுக் கவனிப்பதே போதுமெனக்கு.
நானும் நடிகைதான்
எனச் சொல்லிக்கொள்ள.

யார் பெத்த பிள்ளையோ
பாவம் ஏமாறப்போறானென
பரிதாபத்தோடு பார்த்தாள்
பறித்தோடும் திருடனை
கவரிங் சங்கிலிக்காரி.

◆

ஒவ்வொரு வெட்டிலும்
வைராக்கியம் தெறிக்கத் தெறிக்க
அநாயாசமாய் இளநீர் சீவும் அவள்
சத்தமின்றிப்
பறைசாற்றுகிறாள்
குடும்பத்தலைவன்
யாரென
சேலைமீது
சட்டையணிந்து.

◆

மெத்தென்று ஊத்தப்பமாக
மேலே வெங்காயம் பொடி தூவி
நன்கு வெந்திருக்க வேண்டும்
அப்பாவுக்கு.

அதிக கனமில்லாமல் இருபுறமும்
திருப்பி நல்லெண்ணை ஊற்றி
சிவந்து பதமாக இருக்க
வேண்டும் அப்பத்தாவிற்கு.

மணக்க மணக்க தாராளமாய்
நெய் விட்டு அகலமாய் மெலிதாய்
முறுகலாய் தந்தால் அடித்து
நொறுக்குவான் அண்ணன்.

சின்னதாய் எண்ணை இல்லாமல்
மூடிவைத்து ஒருபுறம் இட்லியாவதும்
மறுபுறம் தோசையாவதும்
எனக்கு மிகவும் விருப்பமானது.

அனைவருக்கும் அவரவர்க்குப்
பிடித்தவிதமாய் ருசியறிந்து
தோசை சுட்டுத்தரும் அம்மாவிற்கு
பிடித்தது எந்தவிதமென்று
தெரியுமோ என்னவோ கடவுளுக்காவது?

◆

அரைக்கும் பதத்திலும்
கரைக்கும் கைமணத்திலுமிருக்கிறது,
மல்லிகைப்பூ இட்லியின் சூட்சுமம்.

குழைக்கும் நீரின் கூட்டிலும்
சுடும் தணலின் சூட்டிலுமிருக்கிறது,
மிருதுவான சப்பாத்தியின் சூட்சுமம்.

கொதிக்கும் எண்ணையைக்
கொஞ்சம் கோரி ஊற்றுவதிலிருக்கிறது,
பூமிபோல் உப்பும் பூரியின் சூட்சுமம்.

துளித்துளியாய் இறக்குவதிலும்
கள்ளிச்சொட்டுப் பாலிலுமிருக்கிறது,
நுரைததும்பும் காப்பியின் சூட்சுமம்.

இவ்வாறாக,
சமையலறை சூட்சுமங்களை
சரிவரக் கற்றிருந்த சங்கரியக்காவுக்கு,
காதலித்துக் கட்டியவனின்
குடி நிறுத்தும் சூட்சுமமும்
அடி தடுக்கும் சூட்சுமமும்
கடைசிவரை கைவரவில்லை.

◆

அந்தக் கட்டம்போட்ட சட்டை
உன்னுடையதாகவே தெரிகிறது.
நீள முடிக்காரனின் சிரிப்பும்
உன்னையே ஞாபகப்படுத்துகிறது.
தூரத்தில் கடப்பவனின் உயரம்
உன் அளவேதான் இருக்கும்.
மிதிவண்டியை லாவகமாகத் திருப்புபவனும்
நீயே ஆகிறாய்.
விடுமுறை முடிந்து
விடுதி சென்ற மகனே
எப்போது வீடு திரும்புவாய்?

◆

பால்யத்தின் வண்ணங்கள்

பள்ளிச்சீருடையின் நீலம்,
சிலேட்டுகளின் சாம்பல்,
புத்தக அட்டைகளின் பழுப்பு,
சுதந்திர தின மிட்டாயின் ஆரஞ்சு,
பூவரசம் பீப்பீகளின் பச்சை,
தித்திக்கும் மிட்டாயின் ரோஸ்,
தின்பண்டக் குடலின் மஞ்சள்,
வாலாட்டும் நாய்க்குட்டியின் கருப்பு,
துவர்க்கும் நாவலின் கருநீலம்,
உள்ளங்கைகளின் மருதாணிச் சிவப்பு,
சடை பின்னிச் சூடும் கனகாம்பரம்,
டிசம்பர்ப்பூக்களின் ஊதா,
மற்றும் மனதின்
பால்வெள்ளை நிறத்துடனும் இருந்தது
நம் பால்யம்.

நடுநிசி கழிந்து
வெகுநேரம் கடந்தும்,
நானும் இரவும்
விழித்திருந்தோம்.
உறங்கவில்லையா?
கேட்டது இரவு.
உறக்கம் வரவில்லையே
என்றேன் நான்.
சரி, கொஞ்சம் பார்த்துக் கொள் என
நிலாவையும்
நட்சத்திரங்களையும்
என் கைகளில் ஒப்படைத்துவிட்டு
உறங்கச் சென்றது
இரவு.

◆

அரளிச் செடிகளின் நிழலில்
இளைப்பாற இயலாமல்
ஒற்றைக் காலில் தவமிருக்கிறார்
நெடுஞ்சாலை அய்யனார்.
விரையும் வாகனங்களை வெறித்தபடி

◆

தன்னைத்தானே
பூட்டிக்கொண்ட
திறவுகோலைத் தொலைத்துவிட்டு
திறக்கத் தெரியாமல்
தவிக்கின்றன,
பல சமயங்களில்
உண்மையும்
சில சமயங்களில்
பெண்மையும்.

◆

அன்பின் வன்மங்கள்

வானம் வரைக்கும் விரித்திட
சிறகுகள் இருக்கிறதெனக்கு.
நீ என்னுயரத்திற்கேற்ற கூரை
போதுமென கீழேயிழுக்கிறாய்.
பட்டாம்பூச்சியாகவே
எப்போதும் விழைகிறேன்.
உன் கூரன்பினால்
கூட்டைக் குத்திக் கிழித்து
பறக்கவியலா புழுவாக்குகிறாய்.

தளரும் நேரம் தாங்கிப் பிடித்து
தோள் சாய்ப்பது போதுமானதே.
தாண்ட முயலும் தடைகளையும்
நிர்ச்சலனமின்றி நீயே தகர்க்கிறாய்.

நெற்றி முத்தங்களும் நெகிழ்த்தும்
அணைப்புகளும் லேசாகப் போதும்.
நெருக்கி இறுக்கி முறுக்கிக்கிறக்கி
முற்றிலும் மூர்ச்சையாக்குகிறாய்.

கொஞ்சமாய்க் கொஞ்சிக் கொள்.
ஆனால்
என்னைக் கொன்றுவிடாதே
உன் அன்பின் வன்மங்களால்.

◆

தேவதைகளின் சந்திப்பு

இன்று நான் தேவதையைச்
சந்தித்தபோது அவள் வண்ணச்
சிதறல்களாலான ஆடையுடன்
வானவில்லைப் போலிருந்தாள்.

தேவதை என்றாலே வெள்ளை
நிறமல்லவா என்றதற்கு,
யார் சொன்னதுனக்கு, எனக்கு
வெள்ளை பிடிக்குமென்று?
வண்ணங்களே விருப்பமென்றாள்.

இறக்கைகளைக் காணவில்லையே?
நடக்கத்தான் எனக்கும் ஆசை.
நல்லன நினைக்கையில் இறக்கை
முளைத்துப் பறந்துவிடுகிறேன்.

பொறுப்புகள் எதுவுமில்லையா?
சாத்தான்களிடமிருந்து காப்பது
யார் பொறுப்பென நினைக்கிறாய்?

பசிக்கையில் என்ன செய்வாய்?
மின்னும் உன் புன்னகையின்
மின்சாரம் உண்டு பசியாறுவேன்.

சரி, நேரமாகிறது போகட்டுமா?
பிரியாவிடை பெறுகையில்
என் முகம் அவளுடையதாயிருந்தது.
அவள் முகம் என்னுடையதாகவும்.

	படைப்பு பதிப்பகம் வெளியீடுகள்
2020	1. இடரினும் தளரினும் - விக்ரமாதித்யன் 2. கன்னத்துப்பூச்சி - மணி சண்முகம் 3. நிறமி - ஆண்டன் பெனி 4. யமுனா என்றொரு வனம் - ஆண்டன் பெனி 5. காலநதி - ஆரூர் தமிழ்நாடன் 6. என்மனார் புலவர் - கரிகாலன் 7. தேநீரைக் கைதொழுதல் - மணி சண்முகம் 8. பெருஞ்சொல்லின் குடல் - மா.காளிதாஸ் 9. கவிதை அனுபவம் - இந்திரன் | வ.ஐ.ச.ஜெயபாலன் 10. புத்தனின் கடைசி முத்தம் - லக்ஷ்மி 11. நீந்தத் தெரியாத அய்யனார் குதிரை - வீ கதிரவன் 12. நோம் என் நெஞ்சே - கரிகாலன் 13. உதிர் நிழல் - கி.கவியரசன் 14. தனிமை நாட்கள் - பிரபுசங்கர் க 15. சிப்ஸ் உதிர் காலம் - கவிஜி 16. மணிப்பயல் கவிதைகள் - மணி அமரன் 17. கார்முகி - கோபி சேகுவேரா 18. சைகைக் கூத்தன் - முகமது பாட்சா 19. பொய்மசியின் மிச்சம் - மதுசூதன் 20. ஆ காட்டு - மு.முபாரக் 21. முழு இரவின் கடைசித் துளி - ப.தனஞ்ஜெயன் 22. புத்தன் மீன் வளர்க்க ஆசைப்படுகிறான் - வழிப்போக்கன் 23. யாயும் ஞாயும் - ஜே.ஜே.அனிட்டா

படைப்பு பதிப்பகம் வெளியீடுகள்

2020

24. THE LIBERATION SONG OF A WOMENS BODY - Dr.NaliniDevi

25. கெணத்து வெயிலு – காதலாரா

26. காலாதீதத்தின் சுழல் – ரத்னா வெங்கட்

27. பெண் பறவைகளின் மரம் – மதுரா (தேன்மொழி ராஜகோபால்)

28. நட்ட கல்லும் பேசுமோ – பிரேமபிரபா

29. நீ துளையிட்ட எனது புல்லாங்குழல் – ஜின்னா அஸ்மி

30. நான் உன்னுடைய துறவி – தி.கலையரசி

31. பழுத்த இலையின் அடுத்த நொடி – குமார் சேகரன்

32. நீளிடைக் கங்குல் – ராஜி வாஞ்சி

33. மைனாவை பேசச்சொல்லிக் கேட்பவர்கள் – ஜின்னா அஸ்மி
    (படைப்பு மின்னிதழ்களில் வந்த கவிதைகளின் தொகுப்பு)

34. 64 கட்டங்களில் தனித்திருக்கும் ராணி – ஷெண்பா

35. பச்சையம் என்பது பச்சை ரத்தம் – பிருந்தா சாரதி

36. ஏவாளின் பற்கள் – காயத்ரி ராஜசேகர்

37. உன் கிளையில் என் கூடு – கனகா பாலன்

38. கீரக்காரம்மா – முத்து விஜயன்

39. அக்கை – அழ ரஜினிகாந்தன்

40. அம்மே – சலீம் கான் (சகா)

41. ஹைக்கூ தூண்டிலில் ஜென் – கோ.லீலா

42. வாவ் சிக்னல் – ராம்பிரசாத்

43. புரவிக் காதலன் – 14 எழுத்தாளர்கள்

44. குடையற்றவனின் மழை – கா.அமீர்ஜான்

45. நெடுநல் இரவு – மௌனன் யாத்ரிகா

	படைப்பு பதிப்பகம் வெளியீடுகள்
2019	1. நம் காலத்துக் கவிதை - விக்ரமாதித்யன் 2. ஆரிகாமி வனம் - முகமது பாட்சா 3. எறும்பு முட்டுது யானை சாயுது - கவிஜி 4. சொல் எனும் வெண்புறா - மதுரா (தேன்மொழி ராஜகோபால்) 5. யாவுமே உன் சாயல் - காயத்ரி ராஜசேகர் 6. நீர்ப்பறவையின் எதிரலைகள் - குமரேசன் கிருஷ்ணன் 7. பொலம்படை கலிமா - ஜோசப் ஜூலியஸ் 8. நீ பிடித்த திமிர் - அகதா 9. இசைதலின் திறவு - ஜானு இந்து 10. மறை நீர் - கோ. லீலா 11. தேநீர் கடைக்காரரின் திரவ ஓவியம் - பிரபு சங்கர். க 12. எரியும் மூங்கில் இசைக்கும் நெருப்பு - நடன. சந்திரமோகன் 13. வேர்த்திரள் - சலீம் கான் (சகா) (பரிசுப்போட்டிக்கு வந்த கவிதைகளின் தொகுப்பு) 14. வான்காவின் சுவர் - ஜின்னா அஸ்மி (படைப்பு மின்னிதழ்களில் வந்த கவிதைகளின் தொகுப்பு) 15. இருளும் ஒளியும் - பிருந்தா சாரதி
2018	1. நீர் வீதி - ஜின்னா அஸ்மி (படைப்பு மின்னிதழ்களில் வந்த கவிதைகளின் தொகுப்பு) 2. பாதங்களால் நிறையும் வீடு - ஜின்னா அஸ்மி (பரிசுப்போட்டிக்கு வந்த கவிதைகளின் தொகுப்பு) 3. உயிர்த்திசை - சலீம் கான் (சகா) (பரிசுப்போட்டிக்கு வந்த கவிதைகளின் தொகுப்பு) 4. வெட்கச் சலனம் - அகராதி 5. சிண்ட்ரெல்லாவின் தூரிகை - குறிஞ்சி நாடன் 6. அசோகவனம் செல்லும் கடைசி ரயில் - அகதா 7. என் தெருவில் வெஸ்ட் மினிஸ்டர் பாலம் - கோ. ஸ்ரீதரன் 8. அஞ்சல மவன் - கட்டாரி 9. கடவுள் மறந்த கடவுச்சொல் - ஜின்னா அஸ்மி 10. கை நழுவும் கண்ணாடிக் குடுவை - கவி விஜய்
2017	1. மௌனம் திறக்கும் கதவு - ஜின்னா அஸ்மி (படைப்பு மின்னிதழ்களில் வந்த கவிதைகளின் தொகுப்பு) 2. நதிக்கரை ஞாபகங்கள் - ஜின்னா அஸ்மி (பரிசுப்போட்டிக்கு வந்த கவிதைகளின் தொகுப்பு) 3. உடையாத நீர்க்குமிழி - ஜின்னா அஸ்மி (பரிசுப்போட்டிக்கு வந்த கவிதைகளின் தொகுப்பு) 4. இந்தப் பூமிக்கு வானம் வேறு - ஆண்டன் பெனி 5. நிலவு சிதறாத வெளி - காடன் (சுஜய் ரகு) 6. இலைக்கு உதிரும் நிலம் - முருகன். சுந்தரபாண்டியன் 7. நிசப்தங்களின் நாட்குறிப்பு - குமரேசன் கிருஷ்ணன் 8. நினைவிலிருந்து எரியும் மெழுகு - ஆனந்தி ராமகிருஷ்ணன்